從0開始說越南語

越南語

吳庭葳 Ngô Đình Uy、**阮玉梅** Nguyễn Thị Ngọc Mai ◎ 著

晨星出版

⟨ 目次 ⟩

推薦序

國立臺灣師範大學東亞學系教授　張崑將 ·········· 006

國立成功大學越南研究中心主任　蔣為文 ·········· 007

作者序 ·· 008

音檔使用說明 ·· 009

前言

越南語基本結構與拼音 ······································ 010

一、越南語字母 ·· 010

二、母音（元音） ··· 012

三、子音（輔音） ··· 013

四、聲調 ··· 016

五、子音韻尾 ··· 017

六、複合母音 ··· 018

七、越南語拼音結構 ·· 019

第 01 課
Bài 1

你好，你叫什麼名字？ ···································· 020
Chào bạn, bạn tên là gì?

> **學習重點：**打招呼 / 介紹名字 / 互相稱呼 / 人稱代名詞

> **核心語法：**你好 / 名字 / 對不起

第 02 課
Bài 2

你好嗎？ ·· 030
Anh có khoẻ không?

> **學習重點：**互相問候 / 表達自身狀態 / 回答疑問

> **核心語法：**有……嗎？/ 很、還有 / 也

第 **03** 課 Bài 3

這是我的朋友 ⸻⸺⸺⸺⸺⸺⸺⸺◦ 038
Đây là bạn của tôi

- ▶ **學習重點**：介紹給第三人 / 表達自己與某人關係
- ▶ **核心語法**：的 / 和 / 跟 / 稍微 / 仍然

第 **04** 課 Bài 4

你的電話號碼幾號？ ⸻⸺⸺⸺⸺◦ 047
Số điện thoại của bạn là số mấy?

- ▶ **學習重點**：數字的用法
- ▶ **核心語法**：幾 / 多少 / ……是嗎？

第 **05** 課 Bài 5

介紹自己的國籍 ⸻⸺⸺⸺⸺⸺⸺⸺◦ 062
Giới thiệu quốc tịch

- ▶ **學習重點**：介紹國家與國籍
- ▶ **核心語法**：是 / 是……嗎？ / 對 / 不對

第 **06** 課 Bài 6

你做什麼工作？ ⸻⸺⸺⸺⸺⸺⸺◦ 073
Chị làm công việc gì?

- ▶ **學習重點**：介紹工作與職業
- ▶ **核心語法**：啊 / 那麼 / 喔

第 **07** 課 Bài 7

你在哪裡工作？ ⸻⸺⸺⸺⸺⸺⸺◦ 081
Em làm việc ở đâu?

- ▶ **學習重點**：介紹工作與工作地點
- ▶ **核心語法**：還是 / 了
- ▶ **句型結構**：已經……了 / 做什麼＋在哪裡？

第 **08** 課
Bài 8

我正在學越南語 ⸻⸻⸻⸻⸻⸻⸻⸻ o 090
Tôi đang học tiếng Việt

> **學習重點**：表達語言能力與學習時間

> **核心語法**：已經 / 正在 / 將會 / 吧、喔

第 **09** 課
Bài 9

我的家人 ⸻⸻⸻⸻⸻⸻⸻⸻⸻⸻⸻ o 100
Người nhà của tôi

> **學習重點**：介紹自己的家人與親戚

> **核心語法**：這 / 那 / 這個 / 太⸺⸺了

第 **10** 課
Bài 10

現在是幾點？ ⸻⸻⸻⸻⸻⸻⸻⸻⸻ o 112
Bây giờ là mấy giờ?

> **學習重點**：時間的說法

> **核心語法**：整點 / 準時 / ⸺⸺時候 / 如果⸺⸺就⸺⸺

第 **11** 課
Bài 11

今天是星期幾？ ⸻⸻⸻⸻⸻⸻⸻⸻ o 127
Hôm nay là thứ mấy?

> **學習重點**：日期、星期的說法

> **核心語法**：才 / 還有 / 還再 / 能夠 / 不能夠

第 **12** 課
Bài 12

我的一天 ⸻⸻⸻⸻⸻⸻⸻⸻⸻⸻⸻ o 139
Một ngày của tôi

> **學習重點**：表達自己的生活習慣、作息

> **核心語法**：然後 / 有時候

第 **13** 課 Bài 13	**明年去美國留學** ⸺⸺⸺⸺⸺⸺⸺⸺ o 148

Sang năm đi Mỹ du học

> **學習重點**：月份、年份的説法 / 表達自己的計畫

> **核心語法**：添加 / 又 / 得到

第 **14** 課 Bài 14	**妳搭什麼車來這裡？** ⸺⸺⸺⸺⸺⸺ o 160

Em đi xe gì đến đây?

> **學習重點**：表達使用的交通工具

> **核心語法**：馬上 / 什麼時候？ / 搭 / 蛤

第 **15** 課 Bài 15	**你喜歡喝什麼茶？** ⸺⸺⸺⸺⸺⸺⸺ o 171

Bạn thích uống trà gì?

> **學習重點**：表達個人喜好與飲食習慣

> **核心語法**：嗯 / 除……以外 / 了喔

附錄	自我檢測解答 ⸺⸺⸺⸺⸺⸺⸺⸺⸺⸺⸺ o 180
	全書詞彙索引 ⸺⸺⸺⸺⸺⸺⸺⸺⸺⸺ o 188
	錄音員簡介 ⸺⸺⸺⸺⸺⸺⸺⸺⸺⸺⸺ o 202

推薦序

國立臺灣師範大學東亞學系教授
張崑將

欣見吳庭葳老師與阮玉梅老師一起出版這本《從0開始說越南語》，嘉惠很多有心想快速上手越南語的學習者，尤其現在台灣越籍配偶所生的新台灣之子，很多已經來到念大學、研究所的時期，加上政府推動新南向政策，使得台灣與越南的經貿往來、文化交流日漸頻繁，所以學習越語者愈來愈多，以因應政府與民間企業迫切需要的台越雙語溝通人才。

我在大學教書，也見證了東南亞研究炙手可熱的情形，特別是越南文化與政治經濟的研究也有增加的趨勢。兩位老師長年在第一線教導越南語，也深切感受到有學習越語需求的人口漸增，但就是缺少一本好用且能引導正確學習方向的入門越南語教材，這就是這本越語學習入門書的出現背景，以及為何值得推薦給新手上路者的原因。

兩位老師都是教學經驗豐富、學有專長的越語教師，吳老師教授越南語及廣東話長達三十多年，阮老師則是新生代越語教師兼教授華語。他們深知台灣學生學習越南語的困難點及經常易犯的錯誤，透過二人通力合作，深入淺出地撰寫這本越語學習的入門書，應是台灣學習越南語的一大福音，同時也看到他們二人傳承與交棒的美意，特以此序推薦。

推薦序

國立成功大學越南研究中心主任

蔣為文

很高興看到吳庭葳老師及阮玉梅老師合作出版這本越南語教材！吳老師和阮老師兩位都是長期以來熱心從事越南語教育的優秀老師，我相信這本書的出版絕對可讓台灣的越南語學習者因此而受惠。

隨著台越兩國的文化交流日益增加，越南語在台灣的能見度也越來越普及。台灣可算是越南以外最支持越南語教育的國家之一。目前在台灣從小學到大學，只要學生有意願都有機會學到越南語，這一點連在越僑眾多的美國或法國，都很難做到這樣的程度，這也顯現了台灣人對新移民的高包容程度，以及新南向政策的成功。

我相信，在「越鄉人」（台越通婚者及其後代）的努力下，台灣和越南的文化交流將越來越密切，必將共創雙贏的未來。

　　我國自 1990 年推出的「南向政策」及 2000 年的「新南向政策」，促使台灣與東南亞地區的國家在經濟文化、學術研究等各方面有更頻繁的交流，跨國婚姻的家庭也日漸增多。因此無論是語言人才的長期培訓，或是新住民家族成員間的溝通，學習東南亞語言成了日趨重要的潮流及迫切的事情。於是，教育部頒定的 108（2019 年）新課綱將東南亞新住民語文列入國小、國中的正式或選修課程，高中則列為選修的第二外國語文。

　　又根據內政部截至 2021 年 12 月的統計，東南亞國家移民中以越南新住民所佔的比例最高（19.54%），相較於其他新住民語，國人對於學習越南語的需求日增，因此我們著手編寫這本《從 0 開始說越南語》。這是一本適合國人程度的教材，讓初學者完全從 0 開始輕鬆學起，由於語言也承載著文化，所以這本教材的內容，包含從基礎發音到最貼近日常生活的主題單元，並加入越南文化小常識，除了讓學習者能循序漸進地學習語言，也能進一步理解這個多元民族國家的文化，達到雙重效果。

　　本書特色：全收錄完整南部、北部雙音，讓學習者同時可以學習越南語的南、北習慣用語差異。

吳庭葳 Ngô Đình Uy

阮玉梅 Nguyễn Thị Ngọc Mai

2022 年 7 月

音檔使用說明

1 手機收聽

1. 有附音檔的頁面，偶數頁（例如第 20 頁）的頁碼旁邊附有北越腔 MP3 QR Code，奇數頁（例如第 21 頁）的頁碼旁邊附有南越腔 MP3 QR Code。◄

2. 用 APP 掃描就可立即收聽該跨頁（第 20 頁和第 21 頁）的真人朗讀，掃描第 22、23 頁的 QR 則可收聽第 22 頁和第 23 頁⋯⋯

2 電腦收聽、下載

1. 手動輸入網址＋該頁頁碼即可收聽該跨頁的北越腔或南越腔音檔，按右鍵則可另存新檔下載

http://epaper.morningstar.com.tw/mp3/0170025/**020**.html
http://epaper.morningstar.com.tw/mp3/0170025/**021**.html

2. 如想收聽、下載不同跨頁的北音、南音音檔，請修改網址後面的頁碼即可，例如：

http://epaper.morningstar.com.tw/mp3/0170025/**022**.html
http://epaper.morningstar.com.tw/mp3/0170025/**023**.html

依此類推⋯⋯

3. 建議使用瀏覽器：Google Chrome、Firefox

3 全書音檔大補帖下載（請使用電腦操作）

1. 尋找密碼：請翻到本書第 72 頁，找出越南國旗的名稱。
（請填中文即可）

2. 進入網站：https://reurl.cc/V1LNvN（輸入時請注意英文大小寫）

3. 填寫表單：依照指示填寫基本資料與下載密碼。E-mail 請務必正確填寫，萬一連結失效才能寄發資料給您！

4. 一鍵下載：送出表單後點選連結網址，即可下載。

前言　越南語基本結構與拼音

一、越南語字母

　　越南語的基本結構共有 29 個字母：12 個母音（元音），17 個子音（輔音）。29 個字母的發音方式分別為兩種：字母的「名稱」用以單獨發音，以及字母的「拼音讀法」。

越南語字母表

字母	名稱	讀音	字母	名稱	讀音
A	a	a	H	hát	hờ
Ă	á	á	I	i	i
Â	ớ	ớ	K	ca	ca
B	bê	bờ	L	e-lờ	lờ
C	xê	cờ	M	em-mờ	mờ
D	dê	dờ	N	en-nờ	nờ
Đ	đê	đờ	O	o	o
E	e	e	Ô	ô	ô
Ê	ê	ê	Ơ	ơ	ơ
G	giê	gờ	P	pê	pờ

北

字母	名稱	讀音
Q	quy / cu	quờ
R	e-rờ	rờ
S	ét-sì	sờ
T	tê	tờ
U	u	u

字母	名稱	讀音
Ư	ư	ư
V	vê	vờ
X	ích –xì	xờ
Y	y-cờ-rét y dài	y

 字母大寫

A	Ă	Â	B	C	D	Đ
E	Ê	G	H	I	K	L
M	N	O	Ô	Ơ	P	Q
R	S	T	V	U	Ư	X	Y

 字母小寫

a	ă	â	b	c	d	đ
e	ê	g	h	i	k	l
m	n	o	ô	ơ	p	q
r	s	t	v	u	ư	x	y

二、母音（元音）

越南語有 12 個單母音與 3 組雙母音。

 12 個單母音

a	ă	â
o	ô	ơ
e	ê	
u	ư	
i	y	

 3 組雙母音

ia	ua	ưa
ia → iê	ua → uô	ưa → ươ

例

- ia：bia, tia, chia, thia
- ua：cua, đua, chua, mua
- ưa：mưa, chưa, thưa, xưa

北

當此雙母音的後面接子音或母音時，ia 要改成 iê / yê；ua 要改成 uô；ưa 要改成 ươ。

ia ➡ iê / yê　　例 iê + n = iên / yên
　　　　　　　　　　 iê + u = iêu / yêu

ua ➡ uô　　　　例 uô + n = uôn
　　　　　　　　　　 uô + i = uôi

ưa ➡ ươ　　　　例 ươ + n = ươn
　　　　　　　　　　 ươ + i = ươi

三、子音（輔音）

越南語有 17 個單子音、11 個複合子音。

 17 個單子音

b	c	d	đ	
g	h	k	l	
m	n	p	q	
r	s	t	v	x

> 子音與母音結合拼音

- ba： ba　be　bi　bo　bu　bê　bô　bơ　bư
- ha： ha　he　hi　ho　hu　hê　hô　hơ　hư
- sa： sa　se　si　so　su　sê　sô　sơ　sư
- ta： ta　te　ti　to　tu　tê　tô　tơ　tư

11 個複合子音

ch	gh	gi	kh
ng	ngh	nh	ph
qu	th	tr	

> 「gi」和「qu」：子音 g 結合母音 i；子音 q 結合母音 u。除這
  兩組子音與母音結合以外，其他皆為子音與子音結合。。

> 「g = gh」；「ng = ngh」，這兩組發音是完全相同的。

> 複合子音與母音結合拼音

- cha： cha　che　chi　cho　chu　chê　chô　chơ　chư
- kha： kha　khe　khi　kho　khu　khê　khô　khơ　khư
- pha： pha　phe　phi　pho　phu　phê　phô　phơ　phư
- qua： qua　que　qui　---　---　quê　---　quơ　---

北

子音規則說明：子音與母音結合拼音

> 拼音 1：[c = k]（拼音後發音相同）

ca	co	cô	cơ	cu	cư
ke	kê	ki	ky		

> 拼音 2：[g = gh]（拼音後發音相同）

ga	go	gô	gơ	gu	gư
ghe	ghê	ghi			

> 拼音 3：[ng = ngh]（拼音後發音相同）

nga	ngo	ngô	ngơ	ngu	ngư
nghe	nghê	nghi			

> 拼音 4：[d = gi]（拼音後發音相同）

da	do	dô	dơ	du	dư
gia	gie	gi	giơ	giu	giư

> 北部發音：d, gi, r = [Z]。

四、聲調

　　越南語有 6 個聲調。它扮演很重要的角色。聲調是由聲音的高低、抑揚頓挫、長短變化而成，同樣的字，若聲調不同，意義也會不一樣。書寫時聲調會放在該字的母音上或下方。

	1	2	3	4	5	6
聲調	平聲	銳聲	玄聲	問聲	跌聲	重聲
thanh điệu	ngang	sắc	huyền	hỏi	ngã	nặng
符號		╱	╲	?	～	•
劃線圖		╱	╲	～	⁓	╲
例 1	ma	má	mà	mả	mã	mạ
例 2	cha	chá	chà	chả	chã	chạ

北

五、子音韻尾

母音後面加子音或複合子音韻尾，共有 8 個。

 四個韻尾 -1

m	n	ng	nh

例 am, en, ang, anh

 四個韻尾 -2

此四個子音、複合子音韻尾為短促發音，聲調符號只有銳聲（╱）和重聲（˙）。

c	t	p	ch

例 ac, et, iêp, ich

六、複合母音

越南語有 23 個複合母音與 10 個三合母音。

 23 個複合母音

ai	ay	ây	ao	au	âu	eo	êu
ia	iu	oa	oe	oi	ôi	ơi	
ua	uê	ui	uơ	uy	ưa	ưi	ưu

 10 個三合母音

oai	oay	uây	uya	oeo
iêu / yêu	uôi	uyu	ươi	ươu

北

七、越南語拼音結構

⊙ 越南語的拼音方式和華語一樣，由聲母、韻母及聲調組成。

⊙ 越南語跟華語一樣都是單音節的詞。越南語語音結構，韻母部份分有**韻腹**、**韻尾**或**韻頭**、**韻腹**、**韻尾**三個字母結合發音，如下圖：

聲母	聲調		
	韻母		
	韻頭	韻腹	韻尾

 例表 1：mãi

	聲調符號　～		
聲母	韻頭	韻腹	韻尾
m		a	i

 例表 2：đoàn

	聲調符號		
聲母	韻頭	韻腹	韻尾
đ	o	a	n

你好，你叫什麼名字？
Chào bạn, bạn tên là gì?

學習目標
● 見面如何打招呼、介紹名字 ● 如何互相稱呼 ● 語法：chào, tên, xin lỗi.

 會話 Hội thoại

Hải : Chào bạn, xin hỏi, bạn tên là gì?
妳好！請問，妳叫什麼名字？

Lan : Tôi tên là Lan, còn bạn?
我叫阿蘭，你呢？

Hải : Tôi là Hải. Rất vui được quen bạn.
我是阿海，很高興能夠認識妳。

Lan : Tôi cũng rất vui được quen bạn.
我也很高興能夠認識你。

北

詞彙 Từ vựng

xin	請；申請	quen	認識
xin chào	你好	làm quen	認識、結識
xin hỏi	請問	quen biết	認識、認知
bạn	你（妳）；朋友	được	能、可以
tên	名字	cũng	也；都
là	是	còn	還、還有
gì?	什麼？	xin lỗi	對不起、抱歉
là gì?	是什麼？	cám ơn / cảm ơn	謝謝、感謝
rất	很	hân hạnh	榮幸
vui	高興、愉快、開心		

性別、年齡與關係，對學習者學習越南語的稱謂，是很關鍵的因素。

稱 謂 xưng hô		
單數 số ít		**複數 số nhiều**
第一人稱：我	視對方輩份而稱呼自己： tôi 一般平輩 mình 平輩、好友 em 對平輩年紀稍長者 cháu 對長輩 tao 對親近朋友、晚輩或卑輩	複數：我們	chúng tôi chúng mình chúng ta chúng em chúng cháu (ụi mình)(tụi tao)
第二人稱：您、你、妳	視對方性別及長、幼輩份： ông 先生、男性年長者 bà 太太、夫人、女性年長者 cô 小姐、姑姑、老師 anh 哥 chị 姊 em 弟、妹 bạn 朋友 chú 叔 / bác 伯 mày 對親近朋友、晚輩、卑輩，不需禮數之第二人稱代名詞	複數：您們、你們、妳們	các ông các bà các cô các anh các chị các em các bạn các chú, các bác tụi mày, tụi bây (bọn mày, bọn bây) 對親近朋友、晚輩、卑輩，不需禮數之第二人稱複數

北

稱 謂 xưng hô	
單數 số ít	複數 số nhiều
第三人稱：他、她	ông ấy bà ấy cô ấy anh ấy chị ấy em ấy bạn ấy nó 他、她、牠、它 1. 對親近朋友、晚輩、小孩或卑輩不需禮數之第三人稱代名詞 2. 用於動物（牠） 3. 用於物品（它）	複數：他們、她們
		các ông ấy các bà ấy các cô ấy các anh ấy các chị ấy các em ấy các bạn ấy chúng nó tụi nó (bọn nó) 對親近朋友、晚輩、小孩或卑輩，不需禮數之第三人稱複數

> **họ** 他們、她們（第三人稱複數，不分性別與年齡）

> **người ta** 別人、人家、人們

【chào】致敬、敬禮、行禮。

> 「chào」一詞,是用於見面或分手說再見時,不分時段。

例 「您好!」、「早安!」、「午安!」、「晚安!」、「再見!」

> chào 的後面加上稱謂顯得更有禮貌。

例 chào ông, chào bà, chào anh, chào chị...

> chào 前面加「xin」,或句尾加「ạ」表示對長輩更為尊敬。

例 xin chào ông, xin chào cô, xin chào chị...

例 xin chào ông ạ, xin chào cô ạ, xin chào chi ạ...

> 越南的稱謂,視雙方年齡或輩份來稱呼彼此:

自己的稱謂 (我)	對象稱呼 (您、你、妳)	備註
tôi	bạn, cô, anh, chị, ông	對一般平輩、朋友
cháu	ông	對祖父輩尊稱
cháu	bà	對祖母輩尊稱
em	anh	對年紀稍長的男性平輩
em	chị	對年紀稍長的女性平輩
anh / chị	em	自己如對方的兄姊
em	cô / thầy　老師	學生對老師

自己的稱謂 （我）	對象稱呼 （您、你、妳）		備註
cô / thầy	em		老師對學生
cháu	bác	伯父、伯母	對長輩
cháu	chú	叔叔	對長輩
cháu	cô	姑姑 / dì 阿姨	對長輩
bác / chú / cô	cháu	侄	自己是對方的長輩

例

「我」向對方打招呼　　　　　　　　對方向「我」回應

- Cháu chào ông ạ　　⟶　　chào cháu
- Cháu chào bà ạ　　⟶　　chào cháu
- Chào em　　⟶　　em chào anh ạ
- Chào em　　⟶　　em chào chị ạ
- Em chào cô / thầy ạ　　⟶　　chào em
- Cháu chào chú ạ　　⟶　　chào cháu

 【tên】名字。

主詞 + tên là + 名字　　或　　主詞 + tên + 名字

例 Tôi tên là Lan. / Tôi tên Lan.　我名字叫阿蘭。

> 「tên」也可省略：

例 Tôi（tên）là Lan.　　　我是阿蘭。

　　Chị ấy（tên）là Mai.　　她是阿梅。

　　Anh ấy（tên）là Hải.　　他是阿海。

【xin lỗi】「對不起、抱歉、不好意思」，置於句首顯得更有禮貌，問對方事情也不會太唐突。

xin lỗi + 人稱代名詞 + tên là gì?

例 Xin lỗi cô, xin lỗi anh, xin lỗi ông, xin lỗi bà...

　　Xin lỗi, cô tên là gì?　　不好意思，妳叫什麼名字？

　　Xin lỗi, anh tên là gì?　　不好意思，您叫什麼名字？

> 越南的人名、地名、國家名稱或專有名詞，每個音節第一個字母皆要大寫。

例

• Việt Nam 越南 / Đài Loan 台灣 / Đài Bắc 台北

• Lý Thị Mai　　　　李氏梅

• Trần Văn Minh　　陳文明

> 句子的開頭與人名，第一個字母要大寫。

例 • Tôi tên là Thành, còn bạn?　　我叫阿成，你呢？

　　• Tôi là Mai, còn chị ấy tên Lan. 我叫阿梅，還有她叫阿蘭。

常用句型練習
Luyện tập câu thường dùng

請將下列的詞與畫底線的詞輪流替換。

① Chào ___anh___ .

您好！

chị / bạn / cô / thầy / chú / bà

② Xin lỗi ___chị___ , ___chị___ tên là gì?

不好意思，您叫什麼名字？

anh / ông / cô / bà

③ Xin hỏi, ___bạn___ tên là gì?

請問，你叫什麼名字？

chị / cô / ông / anh

④ Rất vui được quen ___chị___ ạ.

很高興能認識您。

cô / anh / chú / dì

⑤ Rất hân hạnh được quen biết ___chị___ .

很榮幸能夠認識您。

cô / ông / bà / anh

⑥ Cảm ơn ___chị Lan___ .

謝謝蘭姐。

ông / bạn / chú Tâm / anh Hải

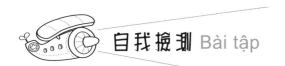自我檢測 Bài tập

練習一

① 阿蘭與阿明打招呼，介紹自己的名字。

蘭 Lan ：Chào bạn, tôi tên là _____

明 Minh ：Chào bạn, tôi tên là _____

② 阿清與阿霞打招呼，介紹自己的名字。

清 Thanh ：Chào bạn, tôi tên là Thanh.

Xin hỏi, bạn tên là gì?

霞 Hà ：Chào bạn, _____

練習二

① 對年長的老先生、爺爺輩份的人打招呼。

_____

② 對年長的老太太、老奶奶打招呼。

_____

③ 對年輕或視如兄長的男性打招呼。

_____

④ 對視如姊姊或一般已婚女性打招呼。

_____

⑤ 對弟弟、小妹妹或視如弟妹的人打招呼。

_____

⑥ 對平輩朋友、同學打招呼。

_____

文化 Văn hoá

越南人互相稱呼時，習慣稱名字不稱姓氏。例如：「黎文安先生」稱為「**安**先生」，而不稱「**黎**先生」。

例

- Lê Văn An   ⟹   ông An

  黎文安   安先生

- Đào Thị Mỹ Anh   ⟹   cô Anh / cô Mỹ Anh

  陶氏美英   英小姐 / 美英小姐

你好嗎？

Anh có khoẻ không?

學習目標
- 見面如何互相打招呼、問候　●表達身體和精神狀態　●回答有與否之疑問
- 語法：có… không? rất, còn, cũng.

 會話 Hội thoại

Lâm ： Chào Mai.
阿梅，妳好！

Mai ： Chào anh Lâm.
霖哥，您好！

Lâm ： Em có khỏe không?
妳好嗎？

Mai ： Dạ, em khỏe, cám ơn anh, còn anh?
我好，謝謝你，你呢？

Lâm ： Cám ơn em, anh cũng khỏe.
謝謝妳，我也好。

北

詞彙 Từ vựng

chào hỏi	問候、打招呼	chị gái	親姊姊
có	有	anh trai	親哥哥
không có	沒有	bạn gái	女朋友
có... không?	有……嗎？	bạn trai	男朋友
khoẻ	健康（身體好）	bận	忙
bình thường	一般、普通、平常、通常	mệt	累
còn	還、還有	đẹp	美、漂亮
dạ	是（表禮貌回應之詞）	nhà	房子
dạo này	最近、近來	xe	車子
		xa	遠
		thưa	啟稟、稟報、稟告

語法 Ngữ pháp

 【có... không?】疑問句型：有……嗎？

例 • Có khoẻ không?　身體好嗎？

• Có xe không?　有車子嗎？

• Có nhà không?　有房子嗎？

主詞 + có... không?

例
- Anh có khỏe không? 你好嗎?
- Em có anh trai không? 妳有哥哥嗎?
- Anh ấy có bạn gái không? 他有女朋友嗎?
- Bạn Hoa có bận không? 阿華忙嗎?

> 肯定詞：**có**（有）。

例
- Tôi có anh trai. 我有哥哥。
- Anh ấy có xe. 他有車。
- Em ấy có anh trai. 他有哥哥。

例
A：Em có anh trai không? 你有哥哥嗎?
B：Dạ có, em có anh trai. 有，我有哥哥。

例
A：Bạn có xe không? 你有車嗎?
B：Có, tôi có xe. 有，我有車。

> 否定詞：**không**（不）。**Không** 和 **không có** 置於名詞或形容詞之前表否定。

例
- Không bận. 不忙。
- Không vui. 不開心，不愉快。
- Không khỏe. 不好（身體狀況）。

02

> 否定詞：**không có**（沒有）。

- Không có nhà. 　　沒有房子。
- Không có xe. 　　沒有車子。
- Không có chị gái. 　　沒有姊姊。

主詞 + **không** 不（**không có** 沒有）+ 形容詞

例
- Chị ấy không vui. 　　她不開心。
- Tôi không mệt. 　　我不累。
- Anh ấy không có bạn gái. 　　他沒有女朋友。
- Họ không có xe. 　　他們沒有車。

【**rất...**】程度副詞，「很……」。

主詞 + **rất** + 形容詞

例
- Tôi rất vui. 　　我很開心。
- Anh ấy rất bận. 　　他很忙。
- Cô ấy rất đẹp. 　　她很漂亮。

☀ 【còn】還、還有。

例
- Tôi rất vui, còn bạn?　　　我很開心，你呢？
- Tôi có anh trai, còn bạn?　　我有哥哥，你呢？
- Tôi khoẻ, còn bạn, có khoẻ không?
  我好，那你呢，好嗎？

☀ 【cũng...】「也……」，表示和即將提及的某個事情
的現象、狀態、性質或行動相比，具有相似性的肯定。

例
- Anh bận, tôi cũng bận.　　　　你忙，我也忙。
- Bạn có xe, tôi cũng có xe.　　　你有車，我也有車。
- A：Tôi mệt, bạn có mệt không?　我累，你累嗎？
  B：Tôi cũng rất mệt.　　　　　我也很累。

北

常用句型練習
Luyện tập câu thường dùng

請將下列的詞與畫底線的詞輪流替換。

① Chào _____ anh _____ , anh khỏe không?

您好，您好嗎？

chị / ông / cô / bạn / bác

② Cám ơn _____ cô _____ , tôi khỏe, còn _____ cô _____ ?

謝謝您，我好。那您呢？

chị / bạn / anh nam / chị Thu

③ Cám ơn chị, tôi cũng _____ bình thường _____ .

謝謝您，我也還好。

khỏe

④ Dạ thưa _____ thầy _____ , em tên là Lan ạ.

回老師，我叫阿蘭。

cô / ông / bác

⑤ Bạn ấy rất _____ mệt _____ .

她很累。

bận / đẹp / vui / khoẻ

自我撿測 Bài tập

練習一

請將適合的詞填入空格中。

① A ： Chào em, em có ＿＿＿＿＿ không?

　 B ： Dạ, em khoẻ, cám ơn anh.

② A ： Bạn có ＿＿＿＿＿ không?

　 B ： Không, tôi không mệt.

③ A ： Tôi rất vui, còn bạn?

　 B ： Tôi cũng ＿＿＿＿＿ vui.

④ A ： Anh ấy rất bận, còn em?

　 B ： Em ＿＿＿＿＿ rất bận.

練習二

請選擇適合的詞填入空格。

khoẻ / còn / cũng / không / có

A ： Chào chị Mai, chị có khoẻ không?

B ： Cám ơn em, chị ＿①＿ .

A ： ＿②＿ bạn Hoa, bạn ấy ＿③＿ khoẻ ＿④＿ ?

B ： Hoa ＿⑤＿ khoẻ.

文化 Văn hoá

　　越南人和年紀比自己大的人交談，回話時通常會用「dạ」作開頭，再陳述回應對方的內容，表示一種禮貌與慎重。特別是學生回應老師的話，除了用「dạ」開頭以外，句尾再加 ạ，還會加「thưa」（啟稟、稟報、稟告之意）。

例

- Thưa ông, thưa cô, thưa thầy, thưa bác...
- Dạ thưa ông, dạ thưa cô, dạ thưa thầy, dạ thưa bác...
  啟稟先生、稟告老師、回老師的話、稟報……

例

Anh Hải：Em có bận không?

　　海哥：妳忙嗎？

Lan　　　：Dạ, em không bận ạ.

　　阿蘭：喔，我不忙。

例

Thầy giáo：Em tên là gì?

　　老師：你叫什麼名字？

Học sinh　：Dạ thưa thầy, em tên là Thanh ạ.

　　學生：稟告老師，我叫阿清。

第 **03** 課	這是我的朋友
Bài 3	Đây là bạn của tôi

學習目標
- 如何介紹和第三者結識 ● 如何表達自己和某人的關係
- 語法：của, và, với, hơi, vẫn.

 會話 Hội thoại

Trí : Chào bạn Hoa.
阿華，妳好！

Hoa : Chào bạn Trí.
阿智，你好！

Trí : Sao? Lâu quá không gặp, dạo này bạn thế nào? Có khoẻ không?
怎樣？好久不見，你最近怎樣？好嗎？

北

Hoa : Cám ơn Trí, tôi khỏe. Dạo này hơi bận, còn bạn?
謝謝阿智，我好，最近有一點忙。你呢？

Trí : Cám ơn bạn, tôi vẫn bình thường.
謝謝妳，我還好。

Hoa : Trí, còn đây là ai?
阿智，還有這位是誰？

Trí : À, xin giới thiệu với Hoa, đây là Minh, bạn học của tôi.
Minh, còn đây là Hoa.
喔，向阿華你介紹，這是阿明，我的同學。
阿明，還有這是阿華。

Hoa : Chào Minh, rất hân hạnh được làm quen với Minh.
阿明好！很榮幸能夠認識你。

Minh : Tôi cũng vậy.
我也是。

詞彙 Từ vựng

sao?	怎樣？如何？	ai	誰
thế nào?	怎樣？如何？	à	噢、喔
lâu quá	好久	giới thiệu	介紹
gặp	見面、碰面、遇見	và	和、與、以及
hơi	稍微、有點	với	和、跟；向
hơi bận	有點忙	của	屬於、的
vẫn	仍然、依然、仍是	bạn	朋友、你
vậy	這樣、如此；那麼	bạn học	同學
đây	這、這裡	anh em	兄弟、兄妹
		chị em	姊弟、姊妹

語法 Ngữ pháp

【của】結構助詞，「屬於、的」。表示所屬關係的詞。

例	• Của tôi.	我的。
	• Của anh, của chị.	你的，妳的。
	• Của ông ấy, của bà ấy.	他的，她的。

北

例 • Đây là bạn của tôi. 這是我的朋友。

• Hoa là bạn gái của tôi. 阿華是我的女朋友。

• Minh là bạn học của Trí. 阿明是阿智的同學。

例 • Tên của tôi là Mỹ Anh. 我的名字叫美英。

• Bạn học của anh ấy là Huy. 他的同學叫阿輝。

• Xe của anh ấy rất đẹp. 他的車很漂亮。

⊙ 「của」可以省略。

例 • Chị gái (của) tôi tên là Ngọc Thu.
  我（的）姊姊名字叫玉秋。

• Tên bạn (của) tôi là Minh.
  我（的）朋友名字叫阿明。

• Hoa là em gái (của) tôi.
  阿華是我（的）妹妹。

【và】連接詞，「和、與、以及」的意思。

名詞（代名詞）＋ và ＋名詞（代名詞）

例 • Anh Hải và chị Linh là bạn của tôi.
  海哥和玲姐是我的朋友。

• Tôi và cô ấy rất bận.
  我和她很忙。

• Minh và Trí là bạn học.
  阿明和阿智是同學。

【với】連接詞、介詞，「和、與、跟、向」的意思。

⊚ 「和、與」，連接詞。

> 名詞（代名詞）＋ với ＋名詞（代名詞）

例 ● Hải với Hiền là anh em.
阿海**和**阿賢是兄妹。

● Minh với Trí là bạn học của Thu.
阿明**和**阿智是阿秋的同學。

⊚ 「跟、向」，介詞，置於動詞之後。

> 主詞＋動詞＋ với ＋代名詞

例 ● Tôi xin giới thiệu với anh, đây là cô Liên.
我**向**您介紹，這是蓮小姐。

● Tôi rất hân hạnh được làm quen với anh.
我很榮幸能**跟**您認識。

☼ 【hơi】副詞，「稍微、有一點」。表示略微、數量不多、程度不深的意思。

例 • hơi lâu　稍微久　• hơi mệt　有點累
　　• hơi bận　有點忙　• hơi xa　稍微遠一點

主詞 + hơi + 形容詞

例 • Tôi hơi mệt.　　　　我有一點累。
　　• Anh ấy hơi bận.　　他有一點忙。
　　• Nhà chị ấy hơi xa.　她家有一點遠。

☼ 【vẫn】副詞「仍然」，表示情況維持原來不變的狀態。

例 Anh dạo này thế nào?　你最近怎樣？
　　• Tôi vẫn vậy.　　　　　我仍是如此（老樣子）。
　　• Tôi vẫn bình thường.　我仍普通（還好）。
　　• Tôi vẫn khoẻ.　　　　我仍然好。

常用句型練習
Luyện tập câu thường dùng

請將下列的詞與畫底線的詞輪流替換。

① Đây là <u>cô giáo</u> của tôi.

這是我的老師。

thầy giáo / học sinh / bạn / em

② Còn <u>đây</u> là ai?

還有這位是誰？

bạn ấy / chị ấy / bà ấy

③ Tôi xin giới thiệu với <u>chị</u>, đây là Hoàng.

我來向妳介紹，這是阿煌。

cô / anh / bạn / ông

④ <u>Cô Hiền</u> là bạn học của tôi.

賢小姐是我的同學。

anh Thanh / chị Mai / anh Hải

北

練習一

請將適合的詞填入空格中。

① A： _____ là ai?（這）

　 B： Đây là Hùng, là bạn _____ tôi.（的）

② A： Anh Trí rất bận, còn anh Minh thế nào?

　 B： Anh ấy cũng _____ bận.（稍微、有一點）

③ A： Tôi là bạn _____ Minh.（的）

　 B： Đây là bạn học của tôi, anh ấy _____ là Trí.（名字）

④ 請將 với / và（向、跟 / 和）填入空格。

　 a. Xin giới thiệu _____ Hoa, đây là Hùng.

　 b. Chúng tôi rất vui được làm quen _____ Linh.

　 c. Thầy Tom _____ cô Anna là người Mỹ.

 練習二

請選擇適合的詞填入空格。

vui / giới thiệu / của / hân hạnh

Lan　　　: Chào cô, em xin ____①____ với cô, đây là Hoa,
　　　　　　là bạn ____②____ em.

Hoa　　　: Dạ, em chào cô ạ.

Cô Hiền　: Chào Hoa, rất ____③____ được quen em.

Hoa　　　: Dạ, em rất ____④____ được quen cô ạ.

文化 Văn hoá

　　越南語的「xin」這個詞用於句首，以表示禮貌和謙遜地請求，或表示希望別人給予、允許做某件事情。

例

- Xin chào, chị khỏe không?　　　您好，您好嗎？
- Xin cảm ơn anh.　　　　　　　　謝謝您。
- Tôi xin giới thiệu với các bạn.　我向大家介紹。
- Xin hỏi, bạn là Hoa phải không?　請問，妳是阿華嗎？

 北

第 **04** 課	**你的電話號碼幾號？**
Bài 4	Số điện thoại của bạn là số mấy?

學習目標
- 數字的用法
- 語法：mấy, bao nhiêu, phải không?

 數字 Chữ số

0 ： không, lẻ, linh, zê rô				
1	2	3	4	5
một	hai	ba	bốn	năm
6	7	8	9	10
sáu	bảy	tám	chín	mười

會話 Hội thoại

Lâm : Mỹ Bình, điện thoại của bạn số mấy?
美萍，妳的電話幾號？

Mỹ Bình : Số điện thoại của tôi là 0988-688-988.
我的電話號碼是 0988-688-988。

Lâm : Ồ, số đẹp quá! Chúng ta kết bạn Zalo qua số điện thoại nhé?
噢，號碼太漂亮了！我們透過電話號碼加好友好嗎？

Mỹ Bình : Không thành vấn đề. Điện thoại di động của Lâm là iPhone 13 phải không?
不成問題。阿霖，你的手機是 iPhone 13 對嗎？

Lâm : Không phải, đây là iPhone 11.
不是，這是 iPhone 11。

北

詞彙 Từ vựng

Zalo	Zalo（通訊軟體）	phải không?	是嗎？對嗎？
kết bạn	結交朋友、加好友	phải	是、對
số	號、號碼	không phải	不是、不對
điện thoại bàn	室內電話	bao nhiêu	多少
điện thoại di động		tiền	錢
	行動電話	đồng	盾（越幣單位）
ồ	噢、喔	tuổi	歲
chữ số	數字	trăm	百
đếm số	數數字、數號碼	nghìn 北	千
số không	零號	ngàn 南	千
số ba	三號	vạn 北	萬
ba số	三個號碼	triệu	百萬
số mật mã	密碼	tỉ / tỷ	（十）億
quá	太……了	rưởi	半（於數字後）
rồi	了	khoảng	大概、大約

♥ 11 ～ 100

11	mười một		40	bốn mươi
12	mười hai		44	bốn mươi bốn
15	mười lăm		48	bốn mươi tám
18	mười tám		50	năm mươi
20	hai mươi		51	năm mươi mốt
21	hai mươi mốt		56	năm mươi sáu
25	hai mươi lăm		60	sáu mươi
29	hai mươi chín		70	bảy mươi
30	ba mươi		80	tám mươi
31	ba mươi mốt		90	chín mươi
35	ba mươi lăm		100	một trăm

注意：數字「10」以後口語的用法，有些規則變化。

> 數字 10「mười」之後的 20、30、40……90 的「十」要改為「mươi」，口語上則可說「chục」。

例 20 ＝ hai mươi（hai chục）

30 ＝ ba mươi（ba chục）

⊙ 特別注意「**chục**」只用在整數。

例 20 hai chục / 30 ba chục / 40 bốn chục...

⊙ 數字 **20** 以上的 **1**「**một**」，要把重聲改成銳聲「**mốt**」。

例 21 = hai mươi mốt

　31 = ba mươi mốt

⊙ 二十幾、三十幾可縮寫讀為：

• hăm 代替 hai mươi

• băm 代替 ba mươi

• 21, 22, 23... hăm mốt, hăm hai, hăm ba...

• 31, 32, 33... băm mốt, băm hai, băm ba...

⊙ 數字 **15** 之後的 **5**「**năm**」可讀為「**lăm**」，北音 **15** 也可讀為「nhăm」。

例 15 = mười lăm / mười nhăm

　25 = hai mươi lăm / hai lăm / hăm lăm / hăm nhăm

　35 = ba mươi lăm / ba lăm / băm lăm / băm nhăm

　115 = một trăm mười lăm

　125 = một trăm hai lăm / một trăm hăm nhăm

101 ～ 1.000

一百	100	một trăm
一百零一	101	một trăm lẻ một (một trăm linh một)
一百零五	105	một trăm lẻ năm (một trăm linh năm)
一百一十	110	một trăm mười / một trăm mốt
一百一十一	111	một trăm mười một
一百五十	150	một trăm năm mươi (chục)
		một trăm rưởi
五百五十	550	năm trăm năm mươi (chục)
		năm trăm rưởi
五百七十五	575	năm trăm năm mươi lăm
九百九十八	998	chín trăm chín mươi tám
一千	1.000	một nghìn 北 / một ngàn 南

注意

> 寫越南阿拉伯數字，每隔三個位數是以「.」來表示。

例 1.000 ➡ 正確

1,000 ➡ 錯誤

> 在個位數之後的「,」越南語讀為 **phẩy / phết**，表示小數點。

例 8.650,5 ➡ 八千六百五十點五。

(Tám nghìn sáu trăm năm mươi phẩy năm.)

 北

1.000.000 ～ 1.000.000.000

一百萬	1.000.000	một triệu
一百一十萬	1.100.000	một triệu một trăm nghìn (ngàn); 或 một triệu mốt
一百十一萬	1.110.000	một triệu một trăm mười nghìn (ngàn)
一百五十萬	1.500.000	một triệu năm trăm nghìn (ngàn); 或 một triệu rưởi
一千萬	10.000.000	mười triệu
一千五百萬	15.000.000	mười lăm triệu
一億	100.000.000	một trăm triệu
一億兩千萬	120.000.000	một trăm hai mươi triệu
一億五千五百萬	155.000.000	một trăm năm mươi lăm triệu
十億	1.000.000.000	một tỷ / tỉ

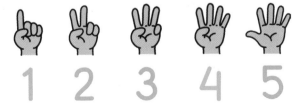

南

語法 Ngữ pháp

【mấy】「幾」，用以對 10 以下的數字進行提問。

名詞 + mấy

例
- Số điện thoại của anh là số mấy?　你的電話號碼是幾號？
- Nhà anh số mấy?　你家門牌幾號？

mấy + 名詞

例
- Anh có mấy em trai?　你有幾個弟弟？
- Số mật mã của bạn có mấy số?　你的密碼有幾個數字？
- Cháu mấy tuổi rồi?　你幾歲了？

數字 + mấy

⊙ 若不想報準確的數字，我們可用 mấy（多）來表達。

例
- Một trăm mấy.　一百多。
- Hai triệu mấy.　兩百多萬。
- Hai mươi mấy.　二十多（幾）。

【 bao nhiêu 】「多少」，用以對 10 以上的數字進行提問。

例 • Số điện thoại của bạn là bao nhiêu?　　你的電話號碼是多少？
　 • Anh bao nhiêu tuổi?　　　　　　　　　你幾歲？
　 • Điện thoại di động của anh bao nhiêu tiền?

　　　　　　　　　　　　　　　　　　你的手機多少錢？

【 ... phải không? 】疑問句：……是嗎？……對嗎？

疑問詞：　　主詞 + 名詞 + **phải không?**

例 Anh là Nam phải không?　　　你是阿南嗎？
　 • 肯定句：Phải. Tôi là Nam.　是的。我是阿南。
　 • 否定句：Không phải.　　　　不是。

例 Đây là anh trai của bạn phải không?　這是你哥哥嗎？
　 • 肯定句：Phải.　　　　　　　是的。
　 • 否定句：Không phải. Đây là bạn trai của tôi.
　　　　　　不是。這是我的男朋友。

例 Đây là số điện thoại của em phải không?
這是你的電話號碼對嗎？
　 • 肯定句：Dạ, phải.　　　是的。
　 • 否定句：Dạ, không phải.　不是。

常用句型練習
Luyện tập câu thường dùng

請將下列的詞與畫底線的詞輪流替換。

① Số __電話 điện thoại di động của bạn__ là số mấy?

你的手機號碼幾號？

> điện thoại bàn của Huy / điện thoại của Mai

② Số điện thoại của tôi là __0939.239.648__ .

我的電話號碼是零九三九二三九六四八。

> 0902 580 458 / 0905 833 655 / 0912 235 688

③ Điện thoại của tôi khoảng __3.600.000__ đồng.

我的電話大約三百六十萬元。

> 5.200.000 / 10.300.000 / 500.000.000

④ Bạn có __Zalo__ không? Chúng ta kết bạn __Zalo__ .

你有 Zalo 嗎？我們加 Zalo 好友。

> Facebook / LINE / IG

⑤ Tôi __25__ tuổi.

我二十五歲。

> 20 / 31 / 42 / 54

數字唸一唸 Luyện tập đọc số

口頭練習說數字 1 Tập đếm số 1（一～千位）

①	3	⑧	164	⑮	10.000
②	8	⑨	250	⑯	12.200
③	12	⑩	325	⑰	24.500
④	55	⑪	814	⑱	37.880
⑤	69	⑫	1.240	⑲	40.000
⑥	70	⑬	6.533	⑳	55.000
⑦	103	⑭	7.000	㉑	65.999

口頭練習說數字 2 Tập đếm số 2（千位數）

①	36.000	⑥	154.000	⑪	475.200
②	57.500	⑦	197.420	⑫	524.000
③	60.000	⑧	204.300	⑬	616.000
④	89.650	⑨	330.000	⑭	820.000
⑤	100.000	⑩	450.000	⑮	912.500

①   2.800.000 _____

②   3.506.500 _____

③   5.007.653 _____

④   10.127.600 _____

⑤   14.450.000 _____

⑥   37.767.420 _____

⑦   88.055.600 _____

⑧ 180.213.450 _____

⑨ 195.325.000 _____

⑩ 736.040.000 _____

⑪ 6.100.000.000 _____

⑫ 12.860.200.000 _____

 自我檢測 Bài tập

 練習一

請選擇適合的詞填入空格。

> phải không / số mấy / hai mươi hai / bao nhiêu

A： Số điện thoại của bạn là ____①____ ?

B： Số điện thoại của tôi là 0923 532 147.

A： 0912 704 563 là số điện thoại của bạn ____②____ ?

B： Không phải. Số điện thoại của tôi là 0912 754 563.

A： Điện thoại của bạn ____③____ tiền?

B： Điện thoại của tôi bảy triệu đồng.

A： Em gái anh bao nhiêu tuổi?

B： Em gái tôi ____④____ tuổi.

 練習二

請看越文寫出阿拉伯數字。 Viết thành con số.

① mười bảy _____

② ba mươi lăm _____

③ sáu trăm rưởi _____

④ bảy nghìn _____

⑤ ba mươi nghìn năm trăm _____

⑥ sáu mươi nghìn tám trăm lẻ năm _____

⑦ bảy mươi sáu nghìn ba trăm hai mươi hai _____

⑧ năm triệu hai trăm lẻ sáu nghìn năm trăm _____

⑨ mười bảy triệu tám trăm hai mươi mốt nghìn _____

⑩ hai tỷ một trăm mười ba triệu _____

文化 Văn hoá

越南常用的通訊軟體

　　Zalo 在越南是一種流行的通訊軟體，就如同在台灣流行使用 LINE 一樣。通常當地人互相交換電話號碼時，除了通過電話號碼來聯繫，同時也會連接 Zalo，不管是在國內外發送消息或交換訊息都非常方便。

Android 下載

iOS 下載

介紹自己的國籍
Giới thiệu quốc tịch

學習目標
● 介紹自己的國家與國籍　● 文法：dạ, vâng, có phải là... không? đúng.

 會話 Hội thoại

Huy : Chào bạn, tôi tên là Huy, bạn có phải
là Mỹ Bình không?
妳好！我叫阿輝，妳是美萍嗎？

Mỹ Bình : Vâng 北 / dạ 南, tôi là Mỹ Bình. Bạn
là người nước nào?
是，我是美萍，你是哪國人？

Huy : Tôi là người Việt Nam, bạn là người
Trung Quốc phải không?
我是越南人，你是中國人嗎？

北

Mỹ Bình : Không phải, tôi không phải là người Trung Quốc. Tôi là người Đài Loan.

不是，我不是中國人，我是台灣人。

Huy : Bạn nói tiếng Việt giỏi quá! Nghe nói trà sữa trân châu Đài Loan rất nổi tiếng.

妳的越南語説得很棒！聽説台灣的珍珠奶茶很有名。

Mỹ Bình : Cám ơn bạn, đúng vậy. Phở Việt Nam cũng rất ngon.

謝謝你，是的。越南河粉也很好吃。

vâng 北	是（禮貌回應詞）	nói	說
dạ 南	是（禮貌回應詞）	giỏi	棒、優秀
nước	水；國家	nghe	聽
quốc gia	國家	trà sữa trân châu	珍珠奶茶
quốc tịch	國籍	phở	河粉
người	人	bánh mì	麵包
nào?	哪？哪個？	nổi tiếng	有名、馳名
nước nào?	哪個國家？	đúng	對；正確
tiếng	語言；聲音；小時	vậy	這樣、如此
học	學	ngon	好吃；好喝
biết	會；知道		

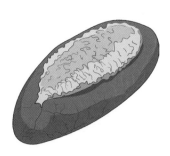

北

國家名稱 Tên các quốc gia

Việt Nam	越南	Mỹ	美國
Đài Loan	台灣	Anh	英國
Trung Quốc	中國	Pháp	法國
Thái Lan	泰國	Nga	俄羅斯
Nhật Bản	日本	Ca-na-đa	加拿大
Hàn Quốc	韓國	Úc	澳洲
Ma-lay-si-a	馬來西亞	Hà Lan	荷蘭
In-đô-nê-si-a	印尼	Châu Á	亞洲
Cam-pu-chia	柬埔寨	Châu Âu	歐洲
Miến Điện	緬甸	Châu Phi	非洲
Lào	寮國		
Phi-líp-pin	菲律賓		

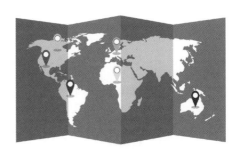

☼ 表示某個國家：nước + 國名

- nước Mỹ　　　　美國
- nước Anh　　　　英國
- nước Pháp　　　　法國
- nước Nga　　　　俄國
- nước Thái Lan　　泰國

☼ 表示某國國籍：người + 國名

- người Việt Nam　　越南人
- người Đài Loan　　台灣人
- người Thái Lan　　泰國人
- người Mỹ　　　　美國人
- người Hàn Quốc　　韓國人

☼ 表示某國語言：tiếng + 國名

- tiếng Việt　　越南語
- tiếng Anh　　英語
- tiếng Nga　　俄語
- tiếng Nhật　　日語
- tiếng Trung　中文
- tiếng Hàn　　韓語
- tiếng Thái　　泰語

語法 Ngữ pháp

【dạ】、【vâng】感嘆詞「是、是的」。用於表示恭敬、禮貌回應之詞。

例 Em là Hà phải không?　妳是阿霞對嗎？

* dạ 是；是的 南
* vâng 是；是的 北
* vâng ạ 是；是的 北
* dạ vâng 是；是的 北

【có phải là... không?】疑問句，表「是否⋯⋯？」、「是不是⋯⋯？」、「是⋯⋯嗎？」之意。

疑問：**主詞 + có phải là + 名詞 + không?**

例 Bạn có phải là người Việt Nam không?　您是越南人嗎？
* Vâng, tôi là người Việt Nam ạ. 北　是，我是越南人。
* Dạ, tôi là người Việt Nam. 南　是，我是越南人。

例 Cô có phải là cô Mai không?　您是梅小姐嗎？
* Vâng, tôi là Mai ạ. 北　是，我是阿梅。
* Dạ, tôi là Mai. 南　是，我是阿梅。

南

例 • Tên chị có phải là Hà không?　妳的名字是阿霞嗎？

• Vâng, tôi là Hà ạ. 北　　　是，我是阿霞。

• Dạ, tôi là Hà. 南　　　　是，我是阿霞。

肯定：

phải, 主詞 + là...

vâng (dạ), 主詞 + là...

> 通常會用「**vâng**」或「**dạ**」或「**phải**」置於句首來表達肯定。

例 • Vâng, tôi là Hà.　是，我是阿霞。

• Dạ, tôi là Hà.　是，我是阿霞。

• Phải, tôi là Hà.　對，我是阿霞。

否定：

không, 主詞 + không phải là...　或

không, 主詞 + không phải...

> 用「**không**」或「**không phải**」來表達否定。

例 Không, tên tôi không phải là Hà.

不，我的名字不是阿霞。

Không phải, tôi không phải Hà, tôi là Lan.

不是，我不是阿霞，我是阿蘭。

【Đúng】肯定句：對、正確。

【Không đúng】否定句：不對、不正確。

例 A： Anh và chị là người Hàn Quốc đúng không?
你們是韓國人對嗎？

B： Đúng / đúng vậy, tôi là người Hàn Quốc.
對，我是韓國人。

C： Không đúng, tôi là người Trung Quốc.
不對，我是中國人。

例 A： Phở Việt Nam rất ngon đúng không?
越南河粉很好吃對嗎？

B： Đúng vậy, bánh mì Việt Nam cũng rất ngon.
對，越南麵包也很好吃。

例 A： Anh nói tiếng Thái Lan đúng không?
你説泰語對嗎？

B： Không đúng, tôi nói tiếng Cam-pu-chia.
不對，我説柬埔寨語。

請將下列的詞與畫底線的詞輪流替換。

① ___Bạn___ là người nước nào?
你（妳）是哪國人？

chị / anh / em ấy

② Tôi là người ___Việt___ .
我是越南人。

Đài Loan / Mỹ / Pháp

③ Bạn có phải là người ___Đài Loan___ không?
你是台灣人嗎？

Hàn Quốc / Thái Lan / Nhật

④ Vâng, tôi là người ___Đài Loan___ .
是，我是台灣人。

Hồng Kông / Pháp / Mỹ

⑤ Không, tôi không phải là người ___Đài Loan___ .
不，我不是台灣人。

Việt Nam / Thái Lan / Trung Quốc

⑥ Chị ấy nói ___tiếng Anh___ rất giỏi.
她英語說得很好。

Tiếng Pháp / Tiếng Nhật / Tiếng Hàn Quốc

北

自我撿測 Bài tập

 練習一

請使用括號（ ）內的詞來完成以下對話。

例 A： Huy là người nước nào?　　　　　　　　（越南）
　　B： Huy là người Việt Nam.

① A： Mỹ Bình có phải là người Trung Quốc không?（台灣）
　　B： Không phải ＿＿＿＿＿＿＿＿＿＿＿＿ .

② A： Mỹ Linh là người nước nào?　　　　　　　（韓國）
　　B： Mỹ Linh ＿＿＿＿＿＿＿＿＿＿＿＿＿ .

③ A： Anh biết nói ＿＿＿＿＿ phải không?　　（越南語）
　　B： Vâng , tôi biết nói ＿＿＿＿＿＿ .

練習二

請運用句型「Có phải là ＿＿＿ không?」來完成以下的疑問句。

① A：Xin hỏi, anh ＿＿＿＿＿＿＿＿＿＿＿＿＿＿＿＿？

   B：Phải, tôi là người Đài Loan.

② A：Chị ấy ＿＿＿＿＿＿＿＿（chị Linh）＿＿＿＿？

   B：Không phải, chị ấy là chị Hoa.

③ A：Phở Việt Nam ＿＿＿＿＿＿＿＿＿＿＿＿＿？

   B：Đúng vậy, phở Việt Nam rất nổi tiếng.

文化 Văn hoá

越南國旗 Lá cờ Việt Nam

　　越南國旗的名稱是「金星紅旗」（cờ đỏ sao vàng）。最早出現在 1940 年 11 月抵抗法國殖民而起義的旗幟，為領導者的指揮標誌，是越南民主共和國的國家象徵，自 1955 年 11 月 30 日開始採用。國旗長方形的比例為 2：3，中心是一顆黃色五角星，象徵越南共產黨的領導地位，紅色象徵先烈的犧牲、革命和勝利。五角星的五個角分別代表：士、農、工、商、兵。

<table>
<tr><td>第 **06** 課</td></tr>
<tr><td>**Bài 6**</td></tr>
</table>

你做什麼工作？

Chị làm công việc gì?

學習目標
● 如何介紹工作與職業　● 語法：ơi, thế / vậy, à?

會話 Hội thoại

Việt : Chị Lan ơi, chị là giáo viên phải không?
蘭姐，妳是老師對嗎？

Lan : Không phải, tôi không phải là giáo viên.
不是，我不是老師。

Việt : Chị không phải là giáo viên à?
Thế 北 / vậy 南 chị làm nghề gì?
妳不是老師喔？那妳做什麼職業？

Lan : Tôi là nhân viên bưu điện. Còn anh, anh làm công việc gì?
我是郵局人員。那你呢，你是做什麼什麼工作？

Việt : Tôi là kế toán, làm việc ở công ty.
我是會計師，在公司上班。

南

nghề nghiệp	職業	tan sở	下班
giáo viên	教師	tan ca	下班
nhân viên	職員、人員	đi	去、走
bưu điện	郵局	thế / vậy	這麼、那麼、這樣
việc	事情；工作	à?	喔？嗎？
công việc	事情；工作	thế à? vậy à?	這樣喔？是喔？
chuyện	事情	dạy	教
công chuyện	事情	ở	在；住
làm gì?	做什麼？	ở đâu?	在哪裡？
làm việc	做事情；工作	kế toán	會計師
làm công việc	做事情；工作	văn phòng	辦公室
đi làm	上班	công ty	公司

補充：職業　**Bổ sung:nghề nghiệp**

bác sĩ	醫生	doanh nhân	商人
y tá	護士	thương gia	商人
kỹ sư	工程師	giáo sư	教授
luật sư	律師	kiến trúc sư	建築師
công nhân	工人	tài xế	司機
nông dân	農民	thợ điện	電工
nhân viên y tế	醫護人員	nội trợ	家庭主婦
thư ký	文書處理人員	nghỉ hưu	退休
thư ký riêng	祕書	sinh viên	大學生
cảnh sát	警察	học sinh	學生

語法 Ngữ pháp

☀ 【ơi】語助詞。

⊙ 感嘆詞「呀、啊」，用以感嘆或比較親切地呼喚對方。

例 • Cô Mai ơi!　　　　　　　梅小姐啊！

• Chị ơi!　　　　　　　　姐呀！

• Trời ơi!　　　　　　　　天啊！

• Anh Trí ơi, anh có bận không?　智哥啊，你忙不忙？

⊙ 「哎」，用於對同輩或晚輩的應答。

例 A： Lan ơi!　　　　　　　蘭啊！

　　B： Ơi, chuyện gì vậy?　哎，什麼事？

☀ 【Thế / vậy】

⊙ 置於句首，「如此、那麼、這樣」，表示順著上文的意思，引出應有的結果。

例 • Thế cô làm nghề gì?

那你做什麼職業？

• Thế bố mẹ (ba má) anh có khoẻ không?

那麼你父母好嗎？

• Thế anh làm công việc gì?

那你做什麼工作？

• Vậy cô làm y tá bao lâu rồi?

　那妳當護士多久了？

> 語助詞「呀、啊、呢」放句尾，表示強調疑問的語氣。

例 • Lan ơi, em làm gì thế?

　蘭啊，妳做什麼呀？

• Anh Huy ơi, anh làm việc ở đâu vậy?

　輝哥啊，你在哪裡工作呀？

• Cô ấy nói gì thế? (Cô ấy nói gì vậy?)

　她說什麼呢？

【à】語助詞。

> à?：疑問語助詞「喔、哦、嗎」，用於句尾，對事情帶有懷疑或不確定而有反問之意。

例 • Thế à? 北 / vậy à? 南　　　　　這樣嗎？是哦？

• Bạn ấy biết nói tiếng Việt à?　他會說越南語喔？

• Anh đi làm à?　　　　　　　　你去上班喔？

• Anh ấy là bác sĩ à?　　　　　　他是醫生嗎？

> à：驚嘆詞「啊、喔、噢」，用於句首，表示突然間想起了某事情，或是驚喜、驚訝。

例 • À, anh là luật sư à?　　　　　　噢，你是律師哦？

• À, cô không phải giáo viên à?　喔，妳不是老師嗎？

• À! lâu quá không gặp cô ấy rồi.　啊！好久不見她了。

常用句型練習
Luyện tập câu thường dùng

請將下列的詞與畫底線的詞輪流替換。

① Cô ấy là ___sinh viên___ .

她是大學生。

y tá / giáo viên / nhân viên

② Ông ấy là ___bác sĩ___ à?

他是醫生嗎？

luật sư / cảnh sát / tài xế

③ Anh là ___luật sư___ à? anh tôi cũng là ___luật sư___ .

你是律師喔？我哥哥也是律師。

kiến trúc sư / giáo sư

④ Anh Việt ơi, anh làm nghề gì? tôi là ___thợ điện___ .

越哥啊，你做什麼職業？我是電工。

phóng viên / doanh nhân

⑤ Chị không phải là ___luật sư___ , thế chị làm công việc gì?

妳不是律師，那妳做什麼工作？

giáo viên / kế toán / y tá

北

練習一

請將以下的疑問句用線條連結到正確的回答句。

① Bạn làm công việc gì?   • A. Cô Hồng là thư ký.

② Anh làm việc ở đâu?   • B. Biết. Tôi biết nói tiếng Việt.

③ Cô Hồng làm nghề gì?   • C. Tôi làm việc ở công ty.

④ Bạn biết nói tiếng Việt không? •   • D. Tôi làm thợ điện.

⑤ Cô ấy là bác sĩ phải không? •   • E. Không. Cô ấy là y tá.

練習二

請用越南語回答以下的句子。

例 問：Anh ấy là kỹ sư phải không?   他是工程師對嗎？

答：<u>Phải, anh ấy là kỹ sư.</u>   是，他是工程師。

① 問：Cô ấy là y tá phải không?

答：不是，她是老師。

② 問：Ông ấy là doanh nhân phải không?

答：是，他是商人。

③ 問：Chị ấy là phóng viên phải không?

答：不是，她是祕書。

文化 Văn hoá

越南教師節

　　越南人很重視「尊師重道」，所以教師節是越南教育界非常重要的節日。每年 11 月 20 日教師節，通常學校會在這天舉辦隆重的慶祝活動，來感謝老師們。學生也會買花或紀念品送給老師，表達對老師辛苦教導的敬意。

你在哪裡工作？

Em làm việc ở đâu?

學習目標
- 如何介紹工作和工作地點　　● 句型結構：做什麼＋在哪裡？
- 語法：hay, hay là / rồi, đã... rồi.

 會話 Hội thoại

Thu ： Tân, em còn là sinh viên hay đã đi làm
rồi?
阿新，你還是大學生或已經上班了？

Tân ： Dạ, em tốt nghiệp rồi, bây giờ đã đi làm.
我畢業了，現在已經上班。

Thu ： Vậy à? Em làm việc ở đâu?
是喔？你在哪裡工作？

Tân ： Em làm ở một công ty xây dựng, ở thành phố Hồ Chí Minh. Còn chị làm việc ở đâu?

我在胡志明市一家建設公司上班。那妳在哪裡工作？

Thu ： Chị vẫn còn làm việc ở công ty dầu khí Petro Cần Thơ.

我仍在芹苴 Petro 石油公司工作。

Tân ： Còn chị Hồng, bây giờ chị ấy làm việc gì? ở đâu?

還有紅姐，她現在做什麼工作？在哪裡？

Thu ： Chị ấy làm y tá ở bệnh viện Trung Ương Cần Thơ.

她在芹苴中央醫院當護士。

北

詞彙 Từ vựng

hay, hay là	還是、或是	Trung ương	中央
tốt nghiệp	畢業	vẫn còn	仍是、仍還
ra trường	畢業	bệnh viện	醫院
đã	已、已經	sống	住；生活
đại học	大學	về	回、回來、回去
làm việc	工作	ai	誰
xây dựng	建設	no	飽
dầu khí	石油	công tác	出差
bây giờ	現在		

 補充：工作地點　Bổ sung : địa điểm làm việc

trường học	學校	nông thôn	鄉村
ngân hàng	銀行	Cần Thơ	芹苴
nhà máy	工廠	thành phố Hà Nội	河內市
công xưởng	工廠	thành phố Hồ Chí Minh	胡志明市
nhà hàng	餐廳	Hải Phòng	海防
khách sạn	飯店	Đà Nẵng	峴港
thành phố	城市	Nha Trang	芽莊

南

 語法 Ngữ pháp

☼ 【hay là】或【hay】還是、或是。

例 Em làm việc ở bưu điện hay ngân hàng?
你在郵局還是銀行工作？

例 Anh ở Hà Nội hay ở Thành phố Hồ Chí Minh?
你住在河內還是胡志明市？

例 Chị là y tá hay là bác sĩ？　妳是護士還是醫生？

☼ 【rồi】助詞「了」，用在動詞或形容詞後，表示已完成。

例 • Tôi no rồi.　　　我飽了。

• Ba tôi đi làm rồi.　我爸爸去上班了。

• Chị ấy đi về rồi.　她回去了。

đã... rồi　　　　已經……了

> 表示某個動作或事情都已經完結、成為過去。

例 Tôi no rồi.　　　　　⟶　Tôi đã no rồi.
我飽了。　　　　　　　　　我已經飽了。

例 Ba tôi đi làm rồi.　　⟶　Ba tôi đã đi làm rồi.
我爸爸去上班了。　　　　　我爸已經去上班了。

例 Chị ấy về nhà rồi.　　⟶　Chị ấy đã về nhà rồi.
她回家了。　　　　　　　　她已經回家了。

例 Anh Hải đi Hà Nội rồi.　⟶　Anh Hải đã đi Hà Nội rồi.
海哥去河內了。　　　　　　海哥已經去河內了。

Ai + làm gì? + ở đâu?　　誰＋做什麼＋在哪裡？

> 越南語法結構的順序是：先介紹某人 + 做什麼 + 在哪裡

例 Tôi là sinh viên, học ở trường Đại học Đài Loan.
我是大學生，在台灣大學唸書。

例 Cô ấy là thư ký, làm việc ở công ty Thành Thái.
她是文書處理人員，在城泰公司工作。

例 A : Ông ấy làm việc gì? ở đâu?
他做什麼工作？在哪裡？

B : Ông ấy làm bác sĩ ở bệnh viện Trung Ương Cần Thơ.
他在芹苴中央醫院當醫生。

常用句型練習
Luyện tập câu thường dùng

請將下列的詞與畫底線的詞輪流替換。

① Chào anh, anh là ___y tá___ phải không?

您好，您是護士對嗎？

> bác sĩ / sinh viên / luật sư / nhân viên hành chính

② Tôi làm việc ở ___công ty Thành Thái___ .

我在城泰公司工作。

> bệnh viện Bạch Mai / nhà báo Thanh Niên

③ Anh ấy đi công tác ở ___Nha Trang___ .

他在芽莊出差。

> Hà Nội / Đà Nẵng / Thành phố Hồ Chí Minh / Hải Phòng

④ Tôi đã ___đi làm___ rồi.

我已經上班了。

> tốt nghiệp / ăn no / về nhà

⑤ Em làm việc ở ___công ty Hồng Phát___ hay ___Thành Phá___ ?

你在鴻發公司還是成發公司上班？

> bưu điện, ngân hàng / nhà hàng, khách sạn

北

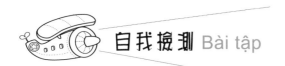
自我檢測 Bài tập

 練習一

請用越南語回答以下的問題。

例 問：Anh ấy làm việc ở đâu?

答：Anh ấy làm việc ở ngân hàng. （銀行）

① 問：Chị ấy làm việc ở đâu?

答：_____ （公司）

② 問：Bác sĩ làm việc ở đâu?

答：_____ （醫院）

③ 問：Giáo viên làm việc ở đâu?

答：_____ （學校）

④ 問：Công nhân làm việc ở đâu?

答：_____ （工廠）

南

練習二

請選擇適合的詞填入空格。

ở đâu / đã... rồi / doanh nhân / hay là / làm gì

① Anh ấy là _____ phải không?

② Công ty của anh ấy _____ ?

③ Bạn làm việc ở thành phố Hồ Chí Minh. _____ ở Hà Nội?

④ Em đã tốt nghiệp hay _____ đi làm _____ ?

⑤ Bây giờ anh ấy _____ ?

文化 Văn hoá

越南五大城市

截至 2022 年的越南，隸屬中央的五大直轄市為：河內市、海防市、峴港市、胡志明市和芹苴市，每個城市都有自己不同的特點和優勢。

其中，北部地區的河內市是越南首都，具有悠久的歷史、政治和文化。海防市是越南北部最大的港口城市，在港口開發方面具有優勢。中部地區有峴港市，是一個極具旅遊潛能的地方。在南部的胡志明市，是全國規模和經濟發展最大的城市。

最後，在西部地區的芹苴市，是經濟、文化、政治、教育的中心……，位於越南湄公河三角洲地區，農業經濟實力雄厚。

湄公河三角洲是該國最大的農業區，優質的農糧產品，使越南成為世界第二大稻米出口國。

我正在學越南語
Tôi đang học tiếng Việt

 **會話** Hội thoại

| Lâm | : | Chào bạn, bạn có phải là bạn của Mỹ Bình không? |

妳好！妳是美萍的朋友嗎？

Thục Anh : Phải, tôi là bạn của Mỹ Bình, tôi tên là Thục Anh.

是的，我是美萍的朋友，我叫淑英。

Lâm : Chào Thục Anh, mình là Lâm, cũng là bạn của Mỹ Bình, mình đang học khoa tiếng Trung.

淑英妳好！我是阿霖，也是美萍的朋友，讀中文系。

  北

Thục Anh : Ồ, thì ra là Lâm, tôi có nghe Mỹ Bình nhắc tới bạn, tôi và Mỹ Bình đã học tiếng Việt ở khoa Việt Nam học một năm rồi.

噢，原來是阿霖，我有聽美萍提到你。我和美萍在越南學系學越南語已經一年了。

Lâm : Bạn và Mỹ Bình là người Đài Loan, hai bạn có thể dạy mình học tiếng Trung không?

妳和美萍是台灣人，兩位可以教我學中文嗎？

Thục Anh : Được, chúng tôi sẽ dạy bạn tiếng Trung, vậy bạn dạy chúng tôi học tiếng Việt nhé?

可以，我們會教你中文，那你教我們學越南語好嗎？

Lâm : Ok, không thành vấn đề.

Ok，不成問題。

詞彙 Từ vựng

khoa	科、系	cùng	一起
khoa tiếng Trung	中文系	ngoại ngữ	外語
khoa Việt Nam học	越南學系	trung tâm	中心
mình	我、自己	trung tâm ngoại ngữ	外語中心
ồ	噢、哦	trường đại học Khoa học xãhội và Nhân văn	
thì ra	原來		社會科學暨人文大學
nghe	聽	vấn đề	問題
nhắc tới	提到、提及；提醒	không có vấn đề	沒有問題
năm	年；五	không vấn đề gì	沒什麼問題
có thể	可以；可能	không thành vấn đề	不成問題
được	可以、能夠	uống	喝
đã	已、已經	cà phê	咖啡
đang	正在	nhớ	記得；想念
sẽ	將、將會	giúp	幫忙、協助
chưa	還沒、未		
chưa?	了沒？了嗎？		

北

語法 Ngữ pháp

【đã / đang / sẽ】副詞，「已經、正在、將會」。

> đã：副詞「已經」，放在動詞前，表示某個動作或事情已發生在過去。

例
- Mẹ đã về.   媽媽已經回來。
- Bạn ấy đã biết nói tiếng Việt.   她已經會説越南語。
- Tôi đã hẹn anh ấy.   我已經跟他約。

> đang：副詞「正在」，放在動詞前，表示某個動作、事情正在進行中。

例
- Tôi đang học tiếng Việt.
  我正在學越南語。
- Anh ấy đang nói điện thoại.
  他正在講電話。
- Tôi đang ăn cơm.
  我正在吃飯。

> sẽ：副詞「將、將會、將要」，表示將要進行某個動作、事情，或在未來將會發生。

例
- Tôi sẽ đi Việt Nam.
  我將會去越南。

- Tôi sẽ dạy bạn nói tiếng Việt.
  我會教你說越南語。

- Tôi sẽ học tiếng Pháp.
  我將學法文。

【nhé】語助詞「吧！喔！好嗎？」置於句尾，表示一種親切而強調自己的建議、邀約、囑咐、勸告、警告，或徵詢對方同意。

> nhé!　吧！喔！

例
- Chúng ta đi uống cà phê nhé!
  我們去喝咖啡吧！

- Anh nhớ nói với chị ấy nhé!
  你記得跟他說喔！

- Để tôi làm giúp bạn nhé!
  讓我來幫你吧！

> nhé?　好嗎？

例
- Chúng ta kết bạn Zalo nhé?
  我們在 Zalo 加好友好嗎？

- Anh giúp tôi một chút nhé?
  你幫我一下好嗎？

- Bạn dạy tôi học tiếng Việt nhé?
  你教我學越南語好嗎？

閱讀練習 Luyện đọc

請用「đã / đang / sẽ」練習短句。

① Tôi đã biết nói một chút tiếng Việt rồi.
我已經會說一點越南語了。

② Các bạn đã ăn cơm chưa?
你們已經吃飯了嗎？

③ Anh ấy đã đến Trung tâm Ngoại ngữ.
他已經到外語中心。

④ Đào đang học tiếng Trung phải không?
阿桃正在學中文是嗎？

⑤ Chúng em đang làm bài.
我們正在做功課。

⑥ Mỹ Bình sẽ về Đài Loan.
美萍將會回台灣。

⑦ Tôi sẽ học hai ngoại ngữ, tiếng Anh và tiếng Trung.
我將會學兩種外語，英文和中文。

南

常用句型練習
Luyện tập câu thường dùng

請將下列的詞與畫底線的詞輪流替換。

① Anh Hải đã ___đi công tác___ chưa?

海哥已經出差了嗎？

đi làm / về nhà

② Chị nói được ___tiếng Việt___ không?

妳可以說越南話嗎？

tiếng Trung / tiếng Anh / tiếng Pháp

③ Chị biết nói ___tiếng Anh___ không?

妳會說英語嗎？

tiếng Pháp / tiếng Nga / tiếng Đức

④ Tôi đang học ở ___khoa tiếng Trung___.

我正在中文系就讀。

Khoa tiếng Việt / Trung tâm Ngoại ngữ

⑤ Tôi học ở trường Đại học ___Khoa học Xã hội và Nhân văn___.

我在社會科學暨人文大學學的。

Quốc gia Hà Nội / Ngoại ngữ

北

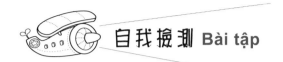 自我檢測 Bài tập

 練習一

請選擇適合的詞填入空格。

đang / sẽ / đã... rồi / nhé

Tôi _____①_____ học tiếng Việt được một năm _____①_____ ,
bây giờ tôi _____②_____ học tiếng Anh, tôi _____③_____ đi gặp John
để luyện tập nói tiếng Anh với bạn ấy. Chúng tôi cùng đi ăn tối.
Bạn cũng cùng đi với chúng tô _____④_____ .

練習二

請將以下的詞重新排列順序成為完整句子。

① Tôi / một năm / tiếng Việt / học / được / rồi.

_____

② Bạn / ở / đang / học / nào / khoa?

_____

南

③ Cô Lan / Việt Nam học / dạy / khoa / ở.

_____

④ Tôi / rồi / ăn / cơm / đã.

_____

⑤ Việt Nam / sẽ / tiếng Việt / học / đi / tôi.

_____

文化 Văn hoá

Mình：我、我們、你

越南人對於平輩、朋友之間，通常習慣性用「mình」來自稱，代替「tôi」，稱對方為「bạn」，這相稱的雙詞「mình-bạn」（我—你），在北部也有人稱為「tớ-cậu」（我—你），對朋友之間來說是非常普遍的稱呼法，具有一種比較親切、親近的感覺。除此以外，「mình」也可指稱「我們」，原是「chúng mình」的省略字。另外，「mình」也可用在配偶之間互稱對方，相當於「老公、老婆」。

⊙ **Mình：我**

例 • Mình và bạn cùng đi trung Trung tâm Ngoại ngữ nhé!

我和你一起去外語中心吧！

⊙ **Mình：我們**

例 • Chúng mình cùng đi ăn (bữa) tối.

我們一起去吃晚餐。

• Mình cùng đi ăn (bữa) tối.

我們一起去吃晚餐。

⊙ **Mình：夫妻相稱「你」**

例 • Mình ơi ! mình đi đâu đó?

老公！（老婆！）你去哪裡呀？

• Anh ấy là bạn của mình à?

他是你的朋友啊？

我的家人

Người nhà của tôi

學習目標
●介紹有關自己家人與親人 ●語法：đấy, đó, kia, này, quá.

 **會話** Hội thoại

Huy : Ồ, Hà ơi, bạn có nhiều ảnh 北 / hình 南 đẹp quá!
Ảnh 北 / hình 南 đứa bé này dễ thương quá! Là ai đây?
噢，阿霞，妳有好多漂亮的照片喔！
這小朋友的照片太可愛了！是誰呀？

Hà : Là mình hồi bé 北 / nhỏ 南 đó!
是我小的時候喔！

Huy : Vậy à? Người bế 北 / bồng 南 bạn có phải là mẹ 北 / má 南 của bạn không?
是喔？抱著你那位是妳的母親嗎？

北

Hà : Đúng rồi, đó là mẹ / má của mình đó.
是的，那是我的母親。

Huy : Gia đình bạn có tất cả bao nhiêu người? có bao nhiêu anh chị em?
你家一共有多少個人？有幾個兄弟姊妹？

Hà : Gia đình mình có tất cả là năm người: mình, bố / ba , mẹ, một chị gái và một em trai. Còn Huy, nhà bạn có bao nhiêu người?
我家共有五個人：我父母、一個姊姊，一個弟弟和我。
那阿輝你呢，你家裡有幾個人？

Huy : Nhà mình có mình, ông bà nội, bố / ba mẹ, một anh trai, không có chị em gái, tất cả là sáu người.
我家有爺爺、奶奶、爸媽、一個哥哥和我，沒有姐妹，一共是六個人。

Hà : Ồ, vậy là bạn chỉ có hai anh em thôi?
噢，那麼你兄弟只有兩個而已？

Huy : Đúng vậy.
正是。

詞彙 Từ vựng

nhà	家；房子	vậy à?	這樣噢？是喔？
ít	少	bế 北 / bồng 南	抱
nhiều	多	gia đình	家庭、家人
trong	內、裡、裡面	tất cả	全部、所有、總共
ảnh 北 / hình 南	照片	tổng cộng	總共、一共
chụp ảnh (chụp hình)		anh chị em	兄弟姊妹
	拍照	chỉ có	只有
đứa bé	小孩、小朋友	anh trai	哥哥
này	這、這個	chị gái	姊姊
đây	這、這裡	em trai	弟弟
đó	那、那裡；啊	em gái	妹妹
kia	那、那裡	đẹp trai	帥
dễ thương	可愛	đẹp gái	漂亮
hồi...	時候	xinh gái	漂亮
bé 北 / nhỏ 南	小	thích	喜歡
bố, mẹ 北	爸爸、媽媽	đọc	閱讀
ba, má 南	爸爸、媽媽	đọc sách	看書、閱讀書
vậy	這樣、那麼	quyển sách	一本書

北

家族稱謂

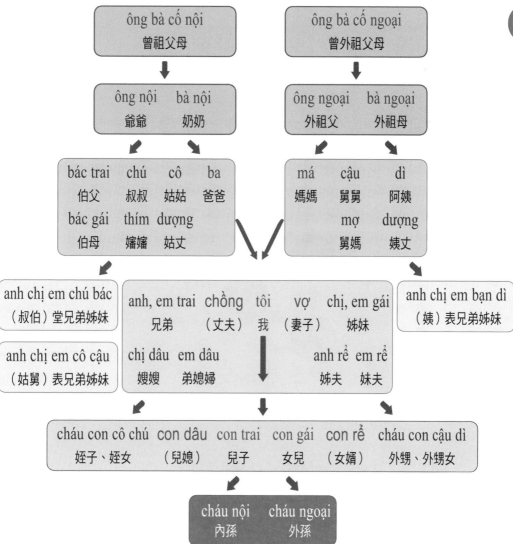

語法 Ngữ pháp

【đây / đó / kia】指示代名詞。

> **đây**：這、這裡

用於指人、事、物 C 離說話者 A 與聽者 B 都近。

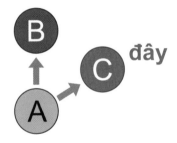

例
- Đây là cô giáo Mai.　　**這**是梅老師。
- Đây là nhà của tôi.　　**這**是我的家。
- Đây là em gái tôi.　　**這**是我妹妹。
- Hành lý của cô để đây.　妳的行李放**這裡**。

⊙ đó, đấy：那

用於人、事、物、地點 Ⓒ 離說話者 Ⓐ 與聽者 Ⓑ 比較遠。

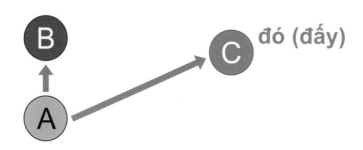

例
- Đó là Tiến, bạn tôi.   那是阿進，我朋友。
- Đấy là Trung tâm Ngoại ngữ.   那是外語中心。
- Chuyện đó tôi đã biết rồi.   那件事我已經知道了。

⊙ kia：那

用於說話者 Ⓐ 提及的人、事、物、地點 Ⓒ 與聽者 Ⓑ 都比較遠（Ⓒ 要在可看得到的範圍裡）。

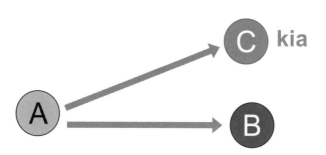

例 • Người kia là ai?　　　　　那個人是誰？

　　• Kia là ca sĩ Hàn Quốc.　　那是韓國歌星。

　　• Kia là bác sĩ nội khoa.　　那是內科醫師。

▶ đó, đấy：那 / kia：那

用於指人、事、物、地點 Ⓒ 與 Ⓓ，離說話者 Ⓐ 與聽者 Ⓑ 比較遠。

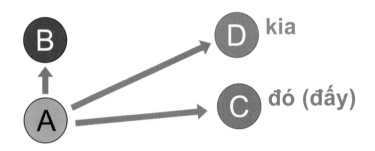

例 • Đó là anh trai tôi.　　　　那是我哥哥。

　　• Còn kia là chị dâu tôi.　　還有那是我嫂嫂。

【này】指示代名詞，用於名詞之後。意指正在提及在自己面前確定的對象，或正在說位於眼前的人事物、地點。

例 • Cô này là bạn tôi.　　　　　　這位小姐是我朋友。

　　• Xe này là của tôi.　　　　　　這輛車是我的。

　　• Quyển sách này của anh ấy.　　這本書是他的。

【quá】感嘆詞「太……了！」、「超……的！」

形容詞 + quá（太……了！）

例
- Đẹp quá! 　　　　　太漂亮了！
- Ngon quá! 　　　　太好吃了！
- Dễ thương quá! 　太可愛了！
- Tôi bận quá! 　　　我太忙了！

quá + 形容詞（超……的！）

例
- Quá đẹp! 　　　超漂亮的！
- Quá ngon! 　　　超好吃的！
- Quá bận! 　　　超忙的！
- Quá nhanh! 　　太過快了！

請將下列的詞與畫底線的詞輪流替換。

① Gia đình bạn có mấy ___người___ ?

你家裡有幾個人？

anh chị em / anh trai / chị gái

② Em ấy ___dễ thương___ quá!

她太可愛了！

đẹp / vui / bận / mệt

③ Nhà bạn có nhiều ___sách___ quá!

妳家有好多書喔！

ảnh / hình / hoa đẹp

④ Đây là ___anh trai___ tôi, còn kia là ___chị dâu___ tôi.

這是我哥哥，還有那是我嫂嫂。

anh trai, chị gái / ba, má / chị gái, em trai

⑤ Đó là ___Hoa___ , ___bạn___ của tôi.

那是阿華，我的朋友。

cô Mai, cô giáo / anh Hùng, anh trai

⑥ Xin giới thiệu, đây là Lâm, ___bạn học___ của tôi.

向你介紹，這是阿霖，我的同學。

bạn trai / em trai / em họ

北

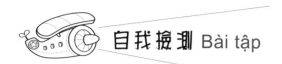自我檢測 Bài tập

練習一

請閱讀短文並回答以下問題。

Tôi tên là Ken, bạn học của tôi tên là Lina , chúng tôi là sinh viên, đang học ở trường Đại học Hà Nội. Chúng tôi học tiếng Việt một năm rồi. Gia đình tôi có bốn người: Tôi, bố mẹ (ba má) và chị gái. Gia đình của Lina cũng có bốn người: bố mẹ (ba má), một anh trai và Lina. Cô ấy rất thích đọc sách, còn tôi thích chụp ảnh (hình). Lina rất xinh đẹp và dễ thương.

① Ken làm nghề gì?

_____

② Ken và Lina học tiếng Việt bao lâu rồi?

_____

③ Gia đình Lina có mấy người?

_____

南

④ Lina thích gì?

_____

⑤ Ken có anh trai không?

_____

 練習二

請將以下的疑問句用線條連結到正確的回答句。

① Đây là em gái tôi.   •   • A. Bố (ba) tôi là kỹ sư.

② Đó là em trai của bạn phải không? •   • B. Em gái tôi đã 18 tuổi rồi.

③ Nhà anh có mấy người?   •   • C. Nhà tôi có năm người.

④ Em gái của bạn bao nhiêu tuổi? •   • D. Phải, đó là em trai tôi.

⑤ Kia là ai?   •   • E. Kia là con trai của tôi.

⑥ Bố (ba) của bạn làm nghề gì? •   • F. Em gái của bạn dễ thương quá.

兄弟姐妹

越南家庭裡兄弟姐妹的相稱，北部與南部略有不同：

> 北部家庭裡的長子、長女，弟妹們稱之 cả 哥、cả 姐（anh cả、chị cả），「cả」有最大、長之意。除大哥、大姐以外，其他兄弟姐妹皆互相稱名字。

> 南部家庭裡的長子、長女，弟妹們稱為二哥、二姐：anh hai、chị hai（從第二開始），其他的兄弟姐妹以長幼順序排列相稱，如：二哥、三哥、四姐……而不稱名字，覺得直呼名字是很不禮貌的，尤其是鄉村的民眾，更重視保存此傳統習俗。

現在是幾點？

Bây giờ là mấy giờ?

會話 1 Hội thoại 1

A 先生 ： Xin lỗi, chị làm ơn cho hỏi mấy giờ rồi?
不好意思，麻煩請問一下幾點了？

B 太太 ： Bây giờ là hai giờ rưỡi.
現在是兩點半。

A 先生 ： Dạ, cám ơn chị.
喔，謝謝妳。

B 太太 ： Không có gì (chi).
不客氣。

北

詞彙 1 Từ vựng 1

xin lỗi	不好意思、對不起	giờ	時
làm ơn	勞駕、麻煩	phút	分
cho hỏi	請問	giây	秒
làm ơn cho hỏi	麻煩請問一下	rưỡi	半（置於數字後）
bây giờ	現在	nửa	半（置於名詞或形容詞前）
mấy giờ?	幾點？	kém	差
		thiếu	少、欠

會話 2 Hội thoại 2

Lan ： Anh Vinh, đồng hồ của anh mấy giờ rồi?
榮哥，你的手錶幾點了？

Vinh ： Một giờ mười lăm.
一點十五分。

Lan : Mấy giờ anh đi đón chị Thanh? có sợ bị trễ không?
你幾點去接青姐？怕會遲到嗎？

Vinh : Anh hẹn chị Thanh 2 giờ, nên 1 giờ rưỡi đi cũng còn kịp, bây giờ còn sớm mà.
我約青姐兩點，所以一點半去也還來得及，現在還早嘛。

Lan : Nhưng nhỡ 北 / lỡ 南 bị tắc đường 北 / kẹt xe 南 thì làm sao?
但是萬一塞車怎麼辦？

Vinh : Chắc là không tắc (kẹt) đâu, nếu có trễ 5, 10 phút thì cũng không sao.
也許不會塞啦，如果有遲到五分鐘、十分鐘也沒關係。

Lan : Chị Thanh đúng giờ lắm, anh nên đi sớm một chút.
青姐很準時的，你應該早一點去。

北

đồng hồ	鐘、錶	nếu	如果
đồng hồ đeo tay	手錶	nếu...thì...	如果……就……
đón	接	nên	應該；所以
sợ	害怕；恐怕；擔心	sao?	怎樣？
bị	被	làm sao?	怎麼做？怎麼辦？
trễ	遲	không sao	沒關係；不怎樣
trễ giờ	遲到	đúng	對、整、準
muộn	晚	đúng giờ	準時
sớm	早	lắm	很
còn sớm	還早	một tiếng	一個小時
sớm một chút	早一點	nửa tiếng	半個小時
kịp	來得及	họp	開會
còn kịp	還來得及	nhanh	快
mà	嘛（語助詞）	chậm	慢
nhưng	但是	sau	後；之後
nhỡ 北 / lỡ 南	萬一；錯過	đến	到；來
tắc đường 北	塞車	chết	死
kẹt xe 南	塞車	hỏng 北	壞、損壞
chắc, chắc là	也許、可能	hư 南	壞、損壞
đâu	哪裡；啦（語助詞）	lần	次

補充：一日當中的時段

buổi sáng	早上	nửa đêm	半夜
buổi trưa	中午	khuya	深夜
buổi chiều	下午	đêm khuya	深夜
buổi tối	晚上	ban ngày	白天
đêm	夜晚、夜間	ban đêm	夜間

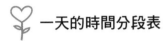 一天的時間分段表

sáng	早上、凌晨	02:00 ～ 11:00
trưa	中午	11:00 ～ 13:00
chiều	下午	13:00 ～ 18:00
chiều tối	傍晚	18:00 ～ 19:00
tối	晚上	19:00 ～ 22:00
đêm	夜晚	22:00 ～ 01:00

北

 時間的說法1 Cách nói giờ 1

1. 若超過想說的時間而約略報時，可用 **hơn** 來表達。

例 • 九點多　　 ＝　9 giờ hơn.

　 • 十一點多　 ＝　11 giờ hơn.

2. 想要精準地報時，可用 **phút** 來表達。

例 • 四點三分　 ＝　4 giờ 3 phút.

　 • 十點八分　 ＝　10 giờ 8 phút.

　 • 六點十二分　＝　6 giờ 12 phút.

3. 若分鐘是整 5 分、10 分、15 分……，**phút** 可省略。

例 • 八點十分　 ＝　8 giờ 10 (phút) .

　 • 十點十五分　＝　10 giờ 15.

　 • 三點二十分　＝　3 giờ 20.

4. 可用 **rưỡi**（半）代替 30 分。

例 • 七點三十分　 ＝　七點半　 ＝　7 giờ rưỡi.

　 • 九點三十分　 ＝　九點半　 ＝　9 giờ rưỡi.

5. 可用 **kém**（差）或 **thiếu**（欠）來表達還未達到整點。

例 • 兩點五十分　 ＝　三點差十分　 ＝　3 giờ kém 10.

　 • 六點四十五分　＝　七點差十五分　＝　7 giờ kém 15.

　 • 十點五十五分　＝　十一點差五分　＝　11 giờ thiếu 5.

6. 整點時，可用 **đúng** 來表達。

例 • 三點整　　= 　3 giờ đúng.

　 • 十點整　　= 　10 giờ đúng.

　 • 十二點整　 = 　12 giờ đúng.

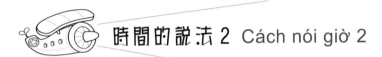

時間的說法 2 Cách nói giờ 2

• một giờ đêm (khuya)　深夜一點

• hai giờ sáng　　凌晨兩點

• chín giờ sáng　　早上九點

• mười một giờ trưa　　中午十一點

• ba giờ chiều　　下午三點

• bảy giờ tối　　晚上七點

• mười hai giờ đêm　　夜晚十一點

語法 Ngữ pháp

※ 【đúng】整點。置於時間之後，表示整點。

例 • 八點整。　　　8 giờ đúng.
　 • 十二點整。　　12 giờ đúng.

※ 【đúng】準時，置於時間前。若在約定時間之時，則表示強調「準時」在某個時間點。

例 • Ngày mai đúng 3 giờ, tôi sẽ đến đây gặp chị.
　　明天準時三點，我會到這裡跟妳見面（會合）。

　 • Đúng 2 giờ chiều chúng ta họp nhé!
　　我們下午準時三點開會喔！

※ 【hồi】副詞，「……的時候」。用於過去的時刻、光陰、某事情的過程或情況經過發生的時間。

例 • Hồi 3 giờ chiều hôm qua, chị ấy có đến đây.
　　昨天下午三點的時候，她有來這裡。

　 • Hồi đó mình có đến đây một lần.
　　那時候我們有來過這裡一次。

- A ： Chị đến hồi nào?

  妳什麼時候來的？

- B ： Tôi đến hồi 12 giờ trưa.

  我中午十二點的時候來。

【lúc】副詞，「……的時候」。用於過去、現在、未來，某事情、過程或情況經過發生的時間。

例
- Lúc còn nhỏ, tôi thường đến đây chơi.

  我小的時候，常來這裡玩。

- Tôi gặp anh ấy lúc 3 giờ chiều.

  三點的時候，我跟他見面。

- Anh muốn hẹn chị ấy đến đây lúc mấy giờ?

  你想約她幾點的時候來這裡？

【vào lúc】「在……的時候」。用於強調在過去、現在、未來，某事情或情況發生的時間。

例
- Chúng ta họp vào lúc 2 giờ chiều.

  我們在兩點的時候開會。

- Tôi hẹn chị Thanh vào lúc 12 giờ trưa.

  我約青姐在中午十二點。

- Họ đã đến công ty vào lúc 10 giờ sáng.

  他們已在早上十點的時候到公司。

【nếu... thì...】句型結構：「如果……就……」

例 • Nếu tôi có tiền thì tôi mua nhà.
　　如果我有錢我就買房子。

• Nếu bạn không bận thì cùng đi nhé.
　如果你不忙就一起去吧。

• Nếu kẹt xe thì tôi đến muộn một chút.
　如果塞車我就晚一點到。

 時間閱讀練習 Luyện đọc về thời gian

• một giờ　　　➡　　　một giờ năm phút
　一點　　　　　　　　　一點五分

• ba giờ　　　➡　　　ba giờ hai mươi
　三點　　　　　　　　　三點二十分

• bốn giờ　　　➡　　　bốn giờ hai mươi lăm
　四點　　　　　　　　　四點二十五分

• năm giờ　　　➡　　　năm giờ hai mươi ba phút
　五點　　　　　　　　　五點二十三分

南

- bảy giờ
  七點
  ⟶ bảy giờ rưỡi
  七點半

- chín giờ
  九點
  ⟶ chín giờ bốn mươi
  七點四十分

- mười giờ
  十點
  ⟶ mười giờ kém năm
  差五分鐘十點

- mười một giờ
  十一點
  ⟶ mười một giờ đúng
  十一點整

- mười hai giờ đúng
  十二點整
  ⟶ mười hai giờ ba mươi lăm
  十二點三十五

- một tiếng
  一個小時
  ⟶ một tiếng rưỡi
  一個半小時

- nửa tiếng
  半個小時
  ⟶ nửa tiếng sau
  半個小時之後

北

常用句型練習
Luyện tập câu thường dùng

請將下列的詞與畫底線的詞輪流替換。

① Tôi hẹn chị Thuý ___02 : 30___ .

我約翠姊兩點半。

> 01 : 00 / 03 : 15 / 06 : 30 / 10 : 00 đúng

② Bây giờ đã ___4 giờ 20 phút___ rồi.

現在已經四點二十分了。

> 05 : 15 / 06 : 40 / 11 : 35 / 12 : 10

③ Đúng ___3 giờ___ tôi gặp chị ấy ở đây.

準時三點，我在這裡見她。

> 07 : 00 / 12 : 00 / 09 : 00 / 04 : 00

④ Chúng ta sẽ đến nhà Thanh vào lúc ___2 : 00 chiều___ .

我們會在下午兩點的時候開會。

> 10 : 00 sáng / 12 : 00 trưa / 08 : 00 tối

⑤ Đồng hồ của tôi ___bị hỏng___ .

我的時鐘壞掉了。

> nhanh 5 phút / không đúng giờ / chậm 10 phút / bị chết

自我檢測 Bài tập

 練習一

請依照範例將下列的時間寫成越南文。

例 1:15   một giờ 15 phút   .

① 3:00 _____.

② 5:30 _____.

③ 7:20 _____.

④ 9:45 _____.

⑤ 10:55 _____.

練習二

請選擇適合的詞填入空格。

① Bạn đi học _____ mấy giờ?

(A) bao lâu   (B) bao nhiêu   (C) tại   (D) lúc

② Chị ấy đến _____ nào?

(A) mấy giờ   (B) hồi   (C) ở   (D) buổi sáng

③ Bây giờ là 10 giờ _____ .

(A) đúng   (B) phút   (C) kém   (D) giây

④ Tôi về nhà lúc 5 giờ _____ .

(A) lúc   (B) phút   (C) chiều   (D) hồi

⑤ Công ty sẽ họp _____ 2 giờ chiều.

(A) bao lâu   (B) hồi   (C) tại   (D) vào lúc

⑥ Nếu kẹt xe _____ tôi đến trễ một chút.

(A) sẽ   (B) thì   (C) bị   (D) hơi

在越南贈送時鐘、掛鐘的意義

　　台灣有些人忌諱贈送時鐘、掛鐘，是因為諧音「送終」之故。在越南卻恰恰相反，每逢春節佳期或喬遷之喜，人們往往會將掛鐘送給新屋主人。對於每個屋主來說，它不僅僅是一個報時的工具，在風水方面也有很大的意義，會給全家帶來幸福與平安。

　　這就是為什麼大多數機構和企業，都希望將它送給客戶、員工和合作伙伴，作為春節禮物。喬遷新家時，屋主也會經常得到好友饋贈可愛掛鐘，增添新家的美感，以及作為風水的裝飾。

北

今天是星期幾?

Hôm nay là thứ mấy?

學習目標
- 表達有關日期、星期的說法　●一日當中的時段
- 語法：mới, còn... nữa, có thể... được, không thể... được.

會話 Hội thoại

Nam ： Hôm nay là thứ sáu phải không?
今天是星期五嗎?

Mai ： Hôm nay là thứ năm, ngày mai mới là
thứ sáu.
今天是星期四，明天才是星期五。

Nam ： Ồ, mình nhớ nhầm / lộn rồi, tưởng
hôm nay là thứ sáu.
噢，我記錯了，以為今天是星期五。

Mai : Thứ sáu bạn có chuyện gì không?
星期五你有什麼事嗎？

Nam : Cũng không có gì, mình có hẹn Mỹ Bình
thứ bảy tuần này đi mua từ điển Hán
Việt, sợ quên thôi.
也沒什麼，我有約美萍，這個星期六去買漢越辭
典，怕忘記而已。

Mai : Còn sớm mà! hôm nay là thứ năm, ngày
kia 北 / mốt 南 mới là thứ bảy, còn hai
ngày nữa.
還早嘛！今天星期四，後天才是星期六，還有兩
天。

Nam : Vậy thứ bảy bạn có phải đi làm không?
Mình cùng đi mua sách nhé?
那星期六你要上班嗎？我們一起去買書好嗎？

Mai : Thứ bảy mình chỉ làm nửa ngày, buổi
chiều nghỉ, có thể đi được.
星期六我只上半天班，下午休息，可以去。

ngày mấy	幾日？幾號？	còn... mà	還……嘛
mấy ngày?	幾天？	còn... nữa	還有……
mới	才；再	cùng	一起
nhớ	記得；想念	cùng đi	一起去
nhầm 北	錯誤、混淆	nửa	半
lầm / lộn 南	錯誤、混淆	nửa ngày	半天
tưởng	以為	nghỉ	休息；放假
mua	買	nghỉ hè	放暑假
quyển / cuốn	本（量詞）	nghỉ lễ Quốc Khánh	放國慶假
từ điển	辭典	có thể... được	可以……、能夠……
Hán Việt	漢越	mỗi	每
quên	忘記	mỗi ngày	每天
thôi	而已	hiểu	懂

補充：週與星期　**Tuần và các ngày trong tuần**

chủ nhật	星期天	tuần	週、星期
thứ hai	星期一	tuần trước	上週
thứ ba	星期二	tuần này	這週
thứ tư	星期三	tuần sau	下週
thứ năm	星期四	đầu tuần	週初
thứ sáu	星期五	giữa tuần	週中
thứ bảy	星期六	cuối tuần	週末

主日 Chủ nhật

　　越南與西方國家一樣，以星期天（主日）為一週的開始，所以星期一是一週的「第二天」。

例 • Hôm qua là chủ nhật.
　　昨天是星期日。

• Hôm nay là thứ hai.
　　今天是星期一。

• Ngày mai là thứ ba.
　　明天是星期二。

 北

補充：一週內之日　**Ngày trong tuần**

ngày	日、天	hôm trước	大前天
hôm	天	mấy hôm trước	前幾天
hôm nay / bữa nay	今天	ngày mai	明天
hôm qua	昨天	ngày kia 北	後天
hôm kia	前天	ngày mốt 南	後天

 補充：一日當中的時段　**Các buổi trong ngày**

buổi sáng	➡	buổi sáng hôm nay	➡	sáng nay
早上		今天早上		今早早上
buổi trưa	➡	buổi trưa ngày mai	➡	trưa mai
中午		明天中午		明天中午
buổi chiều	➡	buổi chiều ngày mốt	➡	chiều mốt
下午		後天下午		後天下午
buổi tối	➡	buổi tối hôm qua	➡	tối hôm qua
晚上		昨天晚上		昨天晚上
đêm	➡	đêm hôm kia	➡	đêm hôm kia
夜間		前天夜間		前天夜間

ban ngày đi làm,　ban đêm đi học.

白天上班　　　　夜間念書

南

語法 Ngữ pháp

【mới】副詞「剛剛」；連接詞「才、方、再」；形容詞「新」。

> 副詞「剛剛」，表示事情在前不久發生。

例 • Tôi mới tan ca.

我剛下班。

• Chị ấy mới đến.

她剛到。

• Anh Minh mới tốt nghiệp Đại học.

明哥剛剛大學畢業。

> 連接詞，「才、方、再」，表示將要說的事只能在特定條件的情況下才能做。

例 • Anh có nói tôi mới hiểu.

你有説我才懂。

• Tôi có tiền mới mua xe.

我有錢再買車。

• Nghe bạn nói tôi mới biết.

聽你説我才知道。

> 形容詞「新」，置於名詞之後，表示剛有、剛出現的事件，或剛做出來的物品，還未用過或用過沒多久。

例 • Tôi có quyển từ điển Hán Việt mới.
　　我有新的漢越辭典。

　　• Tôi mới mua xe mới.
　　　我剛剛買新車。

　　• Đồng hồ của tôi còn mới.
　　　我的手錶還很新。

 【còn nữa】還有。

còn... nữa	還有……

例 • A ： Còn việc gì nữa không?
　　　　還有什麼事嗎？

　　 B ： Còn nữa ạ.
　　　　還有。

例 • Còn một người nữa chưa đến.
　　還有一個人未到。

　　• Còn hai ngày nữa là nghỉ hè rồi.
　　　還有兩天就放暑假了。

　　• Còn ai nữa không?
　　　還有誰嗎？

【 có thể... được 】句型結構「可以……，能夠……」

例
- Công việc này tôi có thể làm được.
  這個工作我可以做。

- Tôi có thể ăn được hai bát (tô) phở.
  我能夠吃兩碗河粉。

【 không thể... được 】
句型結構「不可以……，不能夠……」

例
- Chuyện này tôi không thể làm được.
  這件事情我不能夠做。

- Con tôi còn nhỏ, tôi không thể đi xa được.
  我的小孩還小，我不能夠去很遠。

北

常用句型練習
Luyện tập câu thường dùng

請將下列的詞與畫底線的詞輪流替換。

① <u>Hôm nay</u> là thứ mấy?

今天是星期幾？

> hôm qua / hôm kia / ngày mai

② Hôm nay là <u>thứ hai</u>.

今天是星期一。

> thứ bảy / chủ nhật / thứ ba

③ Mỗi <u>tối thứ năm</u> tôi đi học tiếng Việt.

每週四晚上我去學越南語。

> sáng chủ nhật / chiều thứ bảy

④ <u>Thứ bảy tuần trước</u> anh có đi làm không?

上星期六你有上班嗎？

> thứ bảy tuần này / cuối tuần

⑤ Ngày mai là <u>ngày 12</u>.

明天是 12 號。

> ngày 16 / ngày 21 / ngày 28 / ngày 30

自我撿測 Bài tập

練習一

請將以下的詞重新排列順序成為完整句子。

① ngày mai / phải không / là / thứ bảy?

_____

② tuần này / làm gì / chủ nhật / bạn?

_____

③ tôi / đến / cuối tuần / nhà bạn / nhé?

_____

④ nghỉ lễ / thứ năm / tuần sau / đúng không?

_____

⑤ hôm nay / là / ngày 17 / phải không?

_____

北

練習二

請閱讀短文並回答下列問題。

Hôm nay là thứ bảy, Lina có hẹn gặp Mỹ Bình và Thục Anh lúc 10 giờ sáng, họ đi mua từ điển Hán Việt. Mỗi tuần họ học tiếng Việt ba ngày: thứ hai, thứ tư và thứ sáu, nhưng thứ sáu tuần sau được nghỉ lễ Quốc Khánh, nên họ hẹn đi Đà Lạt chơi ba ngày.

① Lina, Mỹ Bình và Thục Anh hẹn gặp nhau lúc mấy giờ?

_____

② Họ gặp nhau làm gì?

_____

③ Họ học tiếng Việt vào thứ mấy?

_____

④ Thứ sáu tuần sau họ có đi học không?

_____

⑤ Thứ sáu tuần sau là ngày gì?

_____

 文化 Văn hoá

☀ 越南國慶日

　　9月2日是越南國慶日，為紀念八月革命之後，胡志明主席於1945年9月2日在巴亭廣場宣布獨立，並成立越南民主共和國的日子，結束了八十多年的法國殖民和日本帝國的統治，也結束了一千多年的封建社會。

　　國慶日是越南重要的節日，為慶祝這一天，越南政府規定自2021年起，9月2日和前或後一天是國定假日，全國放假兩天（之前是9月2日當天只放假一天）。

 北

第12課 Bài 12

我的一天
Một ngày của tôi

 **會話** Hội thoại

Thu : Việt ơi, bình thường mỗi tối cậu mấy giờ
đi ngủ?

阿越，通常每天晚上妳幾點去睡覺？

Việt : Bình thường 10 giờ hơn là tớ đã đi ngủ
rồi, nhưng tối thứ bảy thì thức khuya một
chút, vì chủ nhật nghỉ.

通常十點多就已經睡覺了，但是禮拜六晚上就會晚
一點，因為禮拜天休假。

Thu : Vậy à, mỗi buổi sáng cậu chuẩn bị đi học
lúc mấy giờ?

是喔，每天早上你幾點準備去上課？

Việt : Buổi sáng khoảng 6 giờ tớ thức dậy, đánh
răng, rửa mặt, 6 giờ rưỡi tập thể dục, đến 7
giờ ăn sáng, rồi 7 giờ rưỡi đi học.
每天早上大約六點鐘起床、刷牙洗臉，六點半做運
動到七點吃早餐，然後七點半上學。

Thu : Buổi trưa cậu ăn cơm ở đâu?
中午你在哪裡吃飯？

Việt : Ở trường có căn-tin, chung quanh trường
cũng có nhiều quán ăn và quán cà phê,
tiện lắm cậu ạ.
在學校有福利社，學校周邊也有許多小吃店和咖啡
店，很方便的。

Thu : Tan học về nhà, cậu còn làm gì nữa không?
放學回家你還要再做什麼嗎？

Việt : Tan học về đến nhà thì tắm rửa trước rồi
ăn cơm, buổi tối tớ viết bài, có khi lên
mạng tra thông tin, có khi nghe nhạc, tớ ít
xem ti vi lắm.
放學回到家就先洗個澡，然後吃飯，晚上我寫功
課，有時候上網查資料，有時候聽音樂，我很少看
電視。

北

詞彙 Từ vựng

bình thường	平時；平常；通常；普通	căn-tin trường	學校福利社
mỗi tối	每天晚上	quán ăn	小吃店、小吃館
ngủ	睡覺	quán cà phê	咖啡店、咖啡館
hơn	多出、超出、超過	tiện / tiện lợi	方便
nhưng	但是、可是	tắm	洗澡
thức khuya	晚睡	tắm rửa	洗澡、盥洗
thức dậy	起床	rồi	然後
vì	因為	có khi	有時候
nghỉ	休息、休假	lên mạng	上網
chuẩn bị	準備	tra	查
đánh răng	刷牙	thông tin	訊息、資料
rửa mặt	洗臉	nghe nhạc	聽音樂
tập thể dục	做體操、運動	ti vi	電視
ăn sáng	吃早餐	truyền hình	電視
ăn cơm trưa	吃午餐	viết bài	寫作業、寫功課
ăn cơm tối	吃晚餐	đi chơi	去玩
chung quanh	周圍、周邊	tiếp tục	繼續
		đồng nghiệp	同事

12

我的一天

南

補充：我的一天　**Một ngày của tôi**

Buổi sáng 早上	06：00	thức dậy	起床
	06：30	tập thể dục	做體操、運動
	07：00	ăn sáng	吃早餐
	07：30	đi học	上學、上課
Buổi trưa 中午	12：00	ăn trưa	吃午餐
	12：45	nghỉ trưa	午休
Buổi chiều 下午	13：30	tiếp tục học	繼續上課
	16：00	tan học	放學
	16：40	về đến nhà	回到家
	18：00	ăn cơm tối	吃晚餐
Buổi tối 晚上	19：00	(thứ hai, tư, sáu) đi học tiếng Anh	去上英文課
	21：00	tan học	下課
	21：30	về đến nhà	回到家
	22：15	đi ngủ	去睡覺

語法 Ngữ pháp

【... rồi...】連接詞「……然後……」，表示某行動、情況發生後，緊接著發生下一個動作或事情。

例 • Buổi sáng thức dậy rửa mặt, ăn sáng **rồi** đi học.
早上起床洗臉，吃早餐**然後**去上學。

• Tôi xem ti vi đến 10 giờ **rồi** tôi đi ngủ.
我看電視到十點**然後**去睡覺。

• Hôm qua tôi tan học **rồi** về nhà, không đi đâu.
昨天我放學**然後**回家，沒去哪裡。

【có khi...】有時候……

例 • Có khi anh ấy hẹn tôi đi uống cà phê.
有時候他約我去喝咖啡。

• Buổi tối có khi tôi về nhà muộn.
晚上有時候我晚回家。

• Buổi sáng có khi tôi ăn phở, có khi ăn bánh mì.
早上我有時候吃河粉，有時候吃麵包。

常用句型練習
Luyện tập câu thường dùng

請將下列的詞與畫底線的詞輪流替換。

① Hôm nay anh ___đến công ty___ lúc mấy giờ?

今天早上你幾點到公司？

đi làm / về đến nhà / đi dạy

② ối nay tôi đi học tiếng Anh vào lúc ___7 giờ___.

今天晚上我七點鐘去學英文。

6 : 30 / 8 : 00 / 7 : 30

③ Tuần sau tôi sẽ đi công tác ở ___Hà Nội___.

下週我將到河內出差。

Nha Trang / Đà Nẵng / Vũng Tàu

④ Bạn thường mấy giờ ___ăn sáng___?

你通常幾點吃早餐？

ăn trưa / ăn tối / thức dậy / đi ngủ

⑤ Buổi sáng thức dậy ___đánh răng, rửa mặt___ lúc bảy giờ.

早上起床七點鐘刷牙、洗臉。

tập thể dục / đi làm / đến trường

⑥ Cuối tuần có khi tôi ___lên mạng___, có khi tôi ___viết bài___.

週末我有時候上網，有時候寫作業。

nghe nhạc, xem ti vi / đi chơi, xem phim / hẹn bạn, ở nhà

北

自我撿測 Bài tập

練習一

請將以下適合的字填入空格中。

> đi ngủ / ăn sáng / tan sở / 12 giờ trưa / thức dậy

① Mỗi buổi sáng tôi _____ lúc 6 giờ.

② Buổi sáng, khoảng 7 giờ tôi _____ .

③ _____ tôi ăn trưa với đồng nghiệp của tôi.

④ Buổi chiều 5 giờ tôi _____ về nhà.

⑤ Đến 11 giờ đêm tôi _____ .

 **練習二**

問答題：你的一天。

請按照個人的生活習慣回答下面的問題。

① Mỗi buổi sáng bạn thường thức dậy lúc mấy giờ?

_____

② Khoảng mấy giờ bạn đi học / đi làm?

_____

③ Một tuần bạn đi học / đi làm mấy ngày?

_____

④ Thứ bảy, chủ nhật bạn có được nghỉ không?

_____

⑤ Buổi tối bạn thường làm gì?

_____

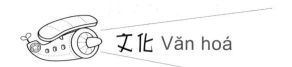

文化 Văn hoá

越式法國麵包

　　越式法國麵包絕對是越南的庶民美食，去過越南的朋友無人不曉。裡面夾的食材很多：先塗上特殊越南口味的豬肝醬、沙拉醬，加入燒肉、越南火腿、蛋、小黃瓜，再加帶甜酸味的醃紅白蘿蔔絲、香菜、辣椒和祕製醬汁。這樣簡單的路邊小吃，卻富含法國殖民時期的飲食文化，是很有特色的一道小吃，也是非常受學生青睞的越式早餐。

明年去美國留學

Sang năm đi Mỹ du học

 **會話** Hội thoại

Hà　：Bạn đang làm gì đó Huy?
　　　阿輝，你在做什麼呀？

Huy　：Mình đang lên mạng đăng ký hồ sơ xin học.
　　　我正在上網登記資料申請入學。

Hà　：Năm ngoái bạn đã tốt nghiệp đại học rồi mà, bây giờ bạn còn dự định học thêm gì nữa vậy?
　　　去年你不是已經畢業了嘛，現在你還打算再多學什麼呢？

北

Huy : Đáng lẽ sau khi tốt nghiệp định xin việc làm, nhưng mình lại thích nghiên cứu, nên sang năm muốn tiếp tục học lên Thạc sĩ.

本來畢業之後打算申請工作，但是我又喜歡研究，所以明年想要繼續攻讀碩士。

Hà : Ồ! hay quá! Nếu được trúng tuyển thì tháng mấy bạn đi học?

喔！太棒了！如果獲得錄取的話你幾月份去念書？

Huy : Nếu trúng tuyển thì tháng 8 năm sau mình sẽ đi.

如果錄取的話我就明年 8 月份會去。

Hà : Tốt quá! Chúc mừng bạn nhé!

太好了！恭喜你喔！

詞彙 Từ vựng

đăng ký	登記、報名	thạc sĩ	碩士
hồ sơ	資料；檔案	tiến sĩ	博士
xin học	申請入學	hay quá!	太棒了！
định / dự định	預定、打算	tốt quá!	太好了！
tính / dự tính	預定、打算	được	得、獲得、達到
đáng lẽ	原本、本來	trúng tuyển	錄取、入選
xin việc làm	申請工作	tháng	月、月份
tìm việc làm	找工作	chúc mừng	恭喜、恭賀
lại...	又……	học bổng	獎學金
thích	喜歡	khen ngợi	誇獎
nghiên cứu	研究	ngành	科系
sau khi	之後	thêm	多加、添加
du học	遊學、留學	đường	砂糖；路
du lịch	旅遊	sữa	奶、乳

北

補充：月份　**Tháng**

tháng mấy?	幾月份？	tháng mười	十月
mấy tháng?	幾個月？	tháng mười một	十一月
tháng giêng	正月 / 元月	tháng mười hai	十二月
tháng một	一月	tháng chạp	臘月
tháng hai	二月		
tháng ba	三月	tháng này	本月、這個月
tháng tư	四月	tháng trước	上個月
tháng năm	五月	tháng sau	下個月
tháng sáu	六月	đầu tháng	月初
tháng bảy	七月	giữa tháng	月中
tháng tám	八月	cuối tháng	月底
tháng chín	九月		

補充：年份　**Năm**

năm trước	前年	năm sau	明年
ba năm trước	前三年	ba năm sau	三年後
năm ngoái	去年	đầu năm	年初
năm nay	今年	giữa năm	年中
sang năm	明年	cuối năm	年底
năm tới	明年、來年		

語法 Ngữ pháp

【 thêm 】動詞「多加、添加」，指原有的現況，再多添入、增加的意思。

例
- làm thêm.　　　　多另做一份工作。
- học thêm.　　　　補習。
- thêm đường.　　　加糖。
- thêm sữa.　　　　加奶。

例
- Chủ nhật tôi phải đi làm thêm.
  禮拜天我要多另做一份工作。
- Buổi tối đi học thêm tiếng Anh.
  晚上去補習英文（多加學習英文）。
- Tháng này tôi mua thêm hai quyển sách mới.
  這個月我多買兩本新書。

【 lại... 】副詞「又……」，而且、加之，表示意思上更進一層，或表示幾種情況、幾種性質同時存在。

例
- Tôi muốn đi làm, nhưng tôi lại thích học.
  我想上班，但是我又喜歡念書。

- Tôi học ngành này, tôi lại muốn học ngành kia.

  我學這科系，又想學那科系。

- Tôi muốn ăn mì, lại muốn ăn phở.

  我想吃麵，又想吃河粉。

【được】用以表示對主體有利或主體樂意接受的事。

⊙ 動詞「得、得到、獲得」，表示幸運、意外地獲得某事物，或享有某種順利發展的條件。

例 • Học kỳ này tôi được học bổng.

  這學期我得到獎學金。

- Tôi được trúng tuyển.

  我獲得錄取。

- Tôi được bố mẹ cho tiền mua xe mới.

  我得到父母給錢買新車。

⊙ 形容詞「達到」，意指達到標準、要求、使滿意。

例 • Sách bán được rất tốt.

  書賣得很好。

- Tôi học tiếng Việt được 3 tháng rồi.

  我學越南語有三個月了。

- Bộ phim này xem cũng được lắm.

  這部電影也蠻不錯看。

⊙ 副詞「可以、能夠」，置於動詞之後，表示某事物已達到了肯定結果。

例 • Việc đó tôi làm được.

那件事我可以做。

• Tôi nói được một chút tiếng Việt.

我能說一點越南語。

• Cái điện thoại di động này còn dùng được.

這支手機還可以用。

常用句型練習
Luyện tập câu thường dùng

請將下列的詞與畫底線的詞輪流替換。

① ___Tháng hai___ bạn đi công tác ở Hà Nội phải không?

二月你去河內出差是嗎？ tháng chín / tháng ba / tháng tám

② ___Cuối tháng này___ bạn đi du học ở Mỹ à?

這個月底你去美國留學嗎？

giữa tháng này / đầu tháng sau / tháng sau

北

③   <u>Năm nay</u>   bạn đi đâu du lịch?

今年你去哪裡旅遊？

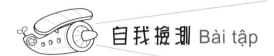

năm ngoái / năm tới / sang năm

④ Tôi học tiếng Tây Ban Nha được   <u>hai tháng</u>   rồi.

我學西班牙語有兩個月了。

5 tháng / một năm / một năm rưỡi

 自我檢測 Bài tập

練習一

請閱讀短文並回答下列問題。

Hà và Huy là bạn học, năm ngoái họ đã tốt nghiệp đại học, Hà đi xin việc làm, bây giờ Hà làm việc ở công ty xây dựng Thành phố Hồ Chí Minh. Còn Huy muốn học Thạc sĩ, nên đã đăng ký hồ sơ đi du học. Tháng trước nghe nói Huy được trúng tuyển và được học bổng của trường Đại học Harvard Mỹ, tháng tám năm sau Huy sẽ đi du học.

南

請回答以下問題。

① Hà làm việc ở đâu?

_____

_____

② Ai được trúng tuyển trường đại học Harvard Mỹ?

_____

_____

③ Khi nào Huy đi du học?

_____

_____

④ Huy được học bổng hồi nào?

_____

_____

⑤ Họ tốt nghiệp đại học khi nào?

_____

_____

練習二

請將以下適合的詞填入空格。

① Tôi làm việc ở công ty này _____ 5 tháng rồi?

    (A) Bao lâu   (B) được   (C) tháng sau (D) mấy

② Công việc này tôi có thể làm _____ .

    (A) đăng ký   (B) dự định (C) được   (D) năm sau

③ Anh tốt nghiệp hồi _____ phải không?

    (A) năm sau   (B) ba năm

    (C) năm ngoái (D) tháng mấy

④ Tôi phải đi _____ mới kịp.

    (A) chậm   (B) nhanh   (C) du lịch (D) lại

⑤ Chúc mừng bạn được _____ của trường Harvard.

    (A) đăng ký   (B) học bổng

    (C) nghiên cứu (D) làm việc

文化 Văn hoá

越南重要節慶假日（標 * 符號者為國定假日）

日期	中文名稱	越文名稱 （國語字）	越文名稱 （漢喃字）
1 月 1 日	元旦	Tết Dương lịch*	節陽曆
農曆 除夕至 大年初三	新年 （春節）	Tết Nguyên Đán*	節元旦 （越南最重要的假 期，一連四日）
2 月 3 日	越南共產黨 成立紀念日	Thành lập Đảng Cộng sản Việt Nam	成立黨共產越南
農曆 3 月 10 日	雄王紀念日	Ngày Giỗ tổ Hùng Vương*	𣈜𡎝祖雄王 （祭祀越南民族始祖 ——雄王，2007 年政 府定為國家假日）
4 月 30 日	解放日	Ngày Giải Phóng*	𣈜解放 1975 年 4 月 30 日 （北越軍隊 攻陷南越首都）

日期	中文名稱	越文名稱 （國語字）	越文名稱 （漢喃字）
5 月 1 日	勞動節	Quốc Tế Lao Động*	國際勞動
5 月 19 日	胡志明壽辰日	Kỷ niệm Sinh nhật Chủ Tịch Hồ Chi Minh	紀念生日主席胡志明 （紀念越南共產政權創始人胡志明）
農曆 7 月 15 日	中元節	Lễ Vu Lan	禮盂蘭 （祭祀先人之日）
9 月 2 日	獨立日	Lễ Quốc Khánh, Tết Độc lập*	禮國慶，節獨立 （紀念 1945 年 9 月 2 日 胡志明發表 《獨立宣言》）
農曆 8 月 15 日	中秋節	Tết Trung Thu	節中秋

妳搭什麼車來這裡？

Em đi xe gì đến đây?

學習目標
- 能表達使用交通工具　● 問有關時間疑問詞「什麼時候？」
- 語法：ngay / liền, khi nào, chừng nào, hồi nào, bao giờ, đi, hả?

會話 Hội thoại

Hải ： Ủa, em Hồng, em đến hồi nào vậy?
　　　咦，阿紅，妳什麼時候來的？

Hồng ： Dạ, em mới đến, bác gái nói là anh đi ra
　　　　ngoài một chút sẽ về ngay. 北 / liền. 南
　　　我剛到，伯母說你外出一下會馬上回來。

Hải ： Anh đi thư viện trả sách. Em đi xe máy
　　　đến hả?
　　　我去圖書館還書。妳騎機車來嗎？

北

Hồng : Em định đi xe máy, nhưng xe bị trục trặc không nổ máy được, nên em đi bộ đến đây.
我打算騎機車，可是車子故障不能發動，所以我走路來這裡。

Hải : Thế sao em không đi xe buýt hay tắc-xi? Từ nhà em đến đây đi bộ cũng hơi xa đấy! 北 / đó! 南
那妳怎麼不搭公車或計程車？從妳家到這裡走路也有點遠喔！

Hồng : Không sao đâu, thanh niên mà, đi bộ nhiều như tập thể dục, tốt cho sức khoẻ.
沒關係啦，年輕人嘛，多走路當做運動，對身體好。

Hải : Em biết không, quán cà phê của anh Thành khai trương rồi đó, mình đi ủng hộ đi!
妳知道嗎，誠哥的咖啡店已經開張了喔，我們去捧場吧！

Hồng : Vậy à? Ở đâu vậy anh? Mình đi như thế nào?
是喔？在哪裡呀？我們怎麼去？

Hải : Từ đây lái xe đến đó khoảng 20 phút, anh chở em đi.
從這裡開車到那裡大約 20 分鐘，我載你去。

詞彙 Từ vựng

ủa?	咦？	sức khoẻ	健康、體力
hồi nào?	什麼時候？	nổ	爆炸；發動
bác gái	伯母	nổ máy	引擎發動
ra ngoài	外出、出去外面	thế	那麼、那樣
vào trong	入內、進裡面	sao / tại sao?	為何？為什麼？
ngay 北	即刻、馬上	từ... đến...	從……到……
liền 南	即刻、馬上	thanh niên	青年、年輕人
đến / tới	到；來	cho	給予；讓
không đến	不到；不來	quán cà phê	咖啡店
không tới	不到；不來	khai trương	開張
đi	去；走；吧；搭乘	ủng hộ	支持；捧場
thư viện	圖書館	thế nào	如何、怎麼樣
trả	還；付	như thế nào	如何、怎麼樣
hả	蛤？嗎？	chở	載
bị	被	đưa	送；傳遞
trục trặc	故障；不順	đón	接；迎接
như	如、似；當做	rước	接；迎接
tốt	好、優	cần phải	需要；必須
		rõ / rõ ràng	清楚

北

補充：交通工具　Từ vựng bổ sung phương tiện giao thông

giao thông	交通	xe khách	客運
phương tiện giao thông		xe đưa đón	接駁車
	交通工具	tàu hỏa 北	火車
xe đạp	腳踏車、自行車	xe lửa 南	火車
xe máy	摩托車、機車	tàu điện ngầm	捷運、地鐵
xe tắc-xi	計程車	tàu, tàu thủy	輪船
xe buýt	公車、巴士	máy bay	飛機
xe ô tô 北	汽車		
xe hơi 南	汽車		

 語法 Ngữ pháp

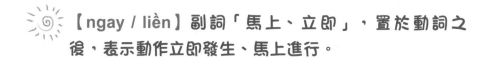 【ngay / liền】副詞「馬上、立即」，置於動詞之後，表示動作立即發生、馬上進行。

例 • Tôi có việc, phải về ngay (liền).
　　我有事情，要馬上回去。

- Việc này mình phải làm ngay (liền) mới kịp.

  這事情我們要馬上做才來得及。

- Tôi phải đi ngay bây giờ mới được.

  我現在要馬上去才行。

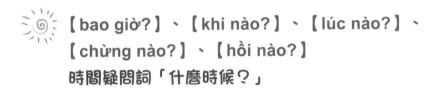

【bao giờ?】、【khi nào?】、【lúc nào?】、
【chừng nào?】、【hồi nào?】
時間疑問詞「什麼時候？」

 他什麼時候去越南？

bao giờ?	用於未來、過去	bao giờ anh ấy đi Việt Nam? anh ấy đi Việt Nam bao giờ?
khi nào?	用於未來、過去	khi nào anh ấy đi Việt Nam? anh ấy đi Việt Nam khi nào?
lúc nào?	用於未來、過去	lúc nào anh ấy đi Việt Nam? anh ấy đi Việt Nam lúc nào?
chừng nào?	用於未來	chừng nào anh ấy đi Việt Nam?
hồi nào?	用於過去	anh ấy đi Việt Nam hồi nào?

【đi】去、走、吧、搭乘。

> đi：去。

例 • đi đâu?　　　去哪裡？

　• đi làm　　　去工作、去上班

　• đi học　　　去上課、去上學

　• đi du lịch　去旅遊

> đi：走。

例 • đi bộ　　　走路、步行

　• đi dạo　　　散步

> đi!：「吧！」置於動詞之後（動詞 + đi），表示命令式，催促或加重語氣的語助詞。

例 • ăn đi!　　吃吧！

　• đi đi!　　　走吧！去吧！

　• bỏ đi!　　　扔掉吧！

> đi：「搭乘、坐」，特別指交通工具。

例 • Bạn đi xe gì?　　　　　你搭什麼車？

　• Tôi đi xe buýt.　　　　我搭公車。

　• Tôi đi tắc xi.　　　　　我坐計程車。

　• Tôi đi xe máy.　　　　　我騎機車。

　• Tôi đi xe đạp.　　　　　我騎腳踏車。

　• Tôi đi tàu điện ngầm.　我搭捷運。

※ 【hả】感嘆詞、語助詞，意思是「蛤？呀？了呀？了喔？」，使用時置於句首或句尾。

▶ **hả?**：感嘆詞「蛤？」，置於句首，表示對某事覺得很驚訝或是對事情不滿意，認為不該如此。

例 • Hả? anh ấy mới ở Mỹ về à? tốt quá!

蛤？他剛從美國回來呀？太好了！

• Hả? bạn đã được trúng tuyển viện nghiên cứu rồi à?

蛤？你已獲得研究所錄取了喔？

• Hả? đã hai ngày rồi vẫn chưa làm xong cho tôi à?

蛤？已經兩天了仍未做好給我啊？

• Hả? đã nói rồi em không nên đi mà, sao lại đi?

蛤？已經說了你不應該去嘛，怎麼又去？

▶ **hả?**：感嘆詞「蛤？」，置於句首。聽不清楚或是想再確定某件事時，常習慣用「蛤？」希望對方再說一遍。

例 • Hả? anh nói gì tôi nghe không rõ.

蛤？你說什麼我聽不清楚。

• Hả? thật không? bạn đã xin được học bổng rồi à?
Xin chúc mừng bạn!

蛤？真的嗎？你已申請到獎學金了喔？恭喜你！

北

⊙ **... hả?**：語助詞「……呀？……啊？……了呀？」，置於
句尾，以一種表達細微、親切的疑問詞來進一步確定想知
道的事。

例 • Em mới đến hả? 　　　　　　　你剛到啊？

• Chị đến rồi hả? mời chị vào nhà. 　妳來了呀？請妳進來。

常用句型練習
Luyện tập câu thường dùng

請將下列的詞與畫底線的詞輪流替換。

① Tôi đi ___xe máy___ đến đây.

我騎機車到這裡。　　　　tắc-xi / xe buýt / xe đạp / tàu điện ngầm

② ___Xe máy của tôi___ bị trục trặc, nên tôi đến trễ.

我的機車故障，所以我來遲了。

xe buýt / xe (tàu) điện ngầm / ô tô của tôi

③ ___Bao giờ___ anh đến đón tôi?

你什麼時候來接我？　　　khi nào / chừng nào / lúc nào

自我撿測 Bài tập

練習一

請用括號中的詞語回答下列問題。

① Khi nào anh Lâm đi Hà Nội? 　　　　　　（明天）
_____

② Bao giờ chị Thuỷ về Việt Nam? 　　　　　（下個月）
_____

③ Cô ấy về Việt Nam hồi nào? 　　　　　　（上個禮拜）
_____

④ Bác Hai đi xe gì đến đây? 　　　　　　　（公車）
_____

⑤ Từ đây đến đó hơi xa, Thanh đi xe máy à? 　（計程車）
_____

 **練習二**

請將以下的疑問句用線條連結到正確的回答句。

① Mấy giờ anh đến đón em?　•　• A. Chị ấy đến hồi chiều hôm qua.

② Anh biết lái xe không?　•　• B. 3 giờ chiều nay.

③ Chị Lan đến hồi nào?　•　• C. Em đi xe tắc-xi.

④ Em đi xe gì đến đây?　•　• D. Tôi không biết lái xe.

⑤ Anh dự định khi nào về Mỹ?　•　• E. Tôi dự định tuần sau về.

文化 Văn hoá

小費 Tiền bo / Tiền tip

　　小費文化，在歐美國家原就盛行。法國於殖民越南時期，也將這小費文化傳入。

　　通常消費者在以下這些服務業消費，例如：餐廳、飯店、美髮、按摩、計程車、租車行……，客人都會另加小費給服務人員。但在越南，小費是客人隨喜，並沒有規定給多或給少，服務人員也不會強行索要。消費者若覺得服務人員態度親切、服務良好，使自己很滿意，小費就會多賞一點。

　　在台灣消費，有些餐廳直接在帳單金額加上 10% 的服務費或清潔費，所以就不用再另給小費了，其他服務，皆沒有給小費的習慣。

　　過年期間，越南跟台灣有點不同的是，消費者會自動多給點小費讓服務人員開心，帶點喜氣。台灣則有些行業也會加收一些費用，以做為員工的年終獎金。

北

你喜歡喝什麼茶？

Bạn thích uống trà gì?

學習目標
● 表達個人喜好 ● 說出自己的飲食習慣 ● 語法：ừ (ờ), ngoài... ra, nhỉ.

會話 Hội thoại

Lan : Các bạn đến rồi à, mời các bạn vào /
vô nhà.
你們到了喔，請大家進來。

Minh : Nhà bạn rộng và đẹp quá, còn có sân
vườn nữa à?
妳家好寬敞、好漂亮喔，還有庭園呀？

Lan : Ừ, ba mình rất thích có sân vườn trồng
hoa và thích uống trà.
Mời các bạn ra sân vườn ngồi chơi.
嗯，我爸爸很喜歡有個花園種花和喜歡喝茶。請大
家到庭院坐坐。

南

Minh : Ồ, ngồi ngoài vườn thưởng thức trà thì thật là tuyệt vời nhỉ!
噢，坐在庭院外品嚐茶就真是太美妙了是吧！

Lan : Nhà mình có rất nhiều loại trà, các bạn muốn uống trà gì?
Trà ô long nhé? Hay là trà xanh?
家裡有很多種茶葉，大家想喝什麼喝茶？烏龍茶呢？還是綠茶？

Thu : Trà ô long hả? cho mình một cốc 北 / ly 南 nhé, còn Minh?
烏龍茶喔？給我一杯吧，阿明你呢？

Minh : Mình thích uống trà lài, còn bạn Hương chắc là chỉ thích uống cà phê nhỉ?
我喜歡喝茉莉花茶，還有阿香也許只喜歡喝咖啡對吧？

Lan : Ngoài trà và cà phê ra, trong tủ lạnh còn có hoa quả (trái cây) và bánh kem nữa.
Mời các bạn dùng tự nhiên, đừng khách sáo nhé!
除了茶和咖啡以外，冰箱裡還有水果和奶油蛋糕。
請大家自己動手，不必客氣喔！

北

15

你喜歡喝什麼茶？

mời	請、邀請	chè 北	茶、茶葉
vào / vô	入、進入	trà 南	茶、茶葉
nhà	家、家裡；房子	trà ô long	烏龍茶
vào nhà	進入屋內	trà xanh	綠茶
rộng	寬、寬敞	trà lài	茉莉花茶
đẹp	漂亮、美	cà phê	咖啡
vườn	花園、果園	hoa quả 北	水果
sân vườn	庭園、庭院	trái cây 南	水果
ừ / ờ	嗯	nước hoa quả 北	果汁
（平輩或長輩回應晚輩的肯定之詞）		nước ép trái cây 南	鮮榨果汁
trồng	種、植	bánh kem	奶油蛋糕
trồng hoa	種花	ngoài... ra	除……以外
trồng cây	種樹	tủ lạnh	冰箱
loại	種、種類	trong tủ lạnh	冰箱裡
ngồi	坐	một cốc 北	一杯
thưởng thức	品嚐；欣賞	một ly 南	一杯
dùng	用、使用	bia	啤酒
thật là	真是、真的	cô-ca-cô-la	可口可樂
tuyệt vời	美妙；精彩	cô ca	可樂
nhỉ?（語助詞）	是吧？呢？喔？	hoa hồng	玫瑰花
chắc là	也許；一定是	hoa lài	茉莉花
chỉ	只	hoa cúc	菊花
		thơm	香

語法 Ngữ pháp

【ừ / ờ】感嘆詞「嗯、是」，用於回應平輩，表示同意、允諾、承認的應答聲。

例 • Ừ, chị đã biết chuyện này rồi.

　　嗯，我已經知道這件事了。

• Ừ, em mua trước rồi về tính sau cũng được.

　　嗯，你先買然後回去再算也可以。

• Ừ, ngày mai tôi chờ bạn ở nhà Hương nhé.

　　嗯，明天我在阿香家等你喔。

【ngoài... ra】介詞結構「除⋯⋯之外」，指除了已知的情況外，還補述其他狀況，有「再加上」的意思。通常後面會接「còn...」（還⋯⋯）。

例 • Ngoài Thu ra, còn có Đào và Lan cùng đến.

　　除了阿秋以外，還有阿桃和阿蘭一起來。

• Ngoài ban ngày đi làm ra, buổi tối tôi còn đi học tiếng Việt.

　　除了白天上班以外，晚上我還上越南語課。

• Ngoài Thu ra, Lan cũng thích uống trà Lài.

　　除了阿秋以外，阿蘭也喜歡喝茉莉花茶。

【nhỉ】語助詞，置於句尾。

> 「……吧！……是吧！……對吧！」表示剛意識到的事情的肯定，並且徵求對方同意或認同自己的想法。

例 • Tấm ảnh này đẹp nhỉ!
   這張照片很美是吧！

   • Trà này thơm nhỉ!
   這種茶很香吧！

   • Nước ép trái cây ngon quá nhỉ!
   鮮榨果汁太好喝了對吧！

> 「……呢？……了呀？」用於疑問句，表達親切、溫柔的態度。

例 Anh ấy chiều nay sẽ đến không?
   他今天下午會來嗎？

➡ Anh ấy chiều nay sẽ đến không nhỉ?
   他今天下午會不會來呢？

例 Bây giờ là mấy giờ rồi?
   現在是幾點了？

➡ Bây giờ là mấy giờ rồi nhỉ?
   現在是幾點了呀？

例 Bạn tên là gì?
   你叫什麼名字？

➡ Bạn tên là gì nhỉ?
   你叫什麼名字呢？

> 「……喔？……了吧？」。表示諷刺詞，像是提出疑問卻不需要答案。

例
- Nói dễ nghe nhỉ?　　説得那麼好聽喔？
- Anh vui lắm nhỉ?　　你很高興喔？
- Bạn rảnh quá nhỉ?　　你太閒了吧？

常用句型練習
Luyện tập câu thường dùng

請將下列的詞與畫底線的詞輪流替換。

① Tôi thích uống ___trà xanh___.

我喜歡喝綠茶。

> trà ô long / trà lài / cà phê / nước hoa quả / nước trái cây

② Ba tôi thích ___trồng hoa___.

我爸爸喜歡種花。

> trồng cây / có sân vườn / đọc sách

③ Ngoài ___trà ô long___ ra, còn có ___trà xanh___ nữa.

除了烏龍茶以外，還有綠茶。

> trà lài, trà ô long / cà phê, nước hoa quả / trái cây, bánh kem

北

自我檢測 Bài tập

練習一

請用括號中的詞語來完成句子。

① Bạn thích uống trà ô lông, trà lài? (hay là)

_____

② Hoa này đẹp! (nhỉ)

_____

③ Tủ lạnh còn có trái cây. (trong)

_____

④ Trà và cà phê, còn có bánh kem. (ngoài... ra)

_____

⑤ Tôi nói một chút tiếng Việt. (được)

_____

南

練習二

請依照下列句子造出疑問句。

① _____ ?

Không, tôi không uống bia.

② _____ ?

Đây là trà ô long.

③ _____ ?

Ba của Lan thường uống cà phê.

④ _____ ?

Ngoài thích uống trà và đọc sách ra, Thu còn thích trồng cây.

⑤ _____ ?

Chị Hồng chưa đến.

文化 Văn hoá

越南茶文化

　　如同亞洲其他地區，越南人喝茶，早已成為日常的習慣，請茶更是不可缺少的傳統文化。在越南請客人喝茶，具有文化上的價值，這不僅是為了享受茶的味道，在人際間的溝通也扮演了重要的角色，它讓人們之間更為親近，能彼此傾聽和互相理解。

　　越南茶文化雖然沒有茶道那麼複雜，但也有自己傳統的原則及請茶的小規矩。在一般的招待儀式上，會按照先請長者、後請年輕人的順序進行招待，這也是古代尊崇長輩文化的一種表現。如果喝茶的都是同齡、同輩的人，那就不用遵循順序了。主人請客人喝茶時，必須等客人都先上茶之後才輪到自己，這是為了表達主人對客人的尊重。

第 01 課 Bài 1

■ **練習一**

① 蘭 Lan　: Chào bạn, tôi tên là ＿Lan＿.

　 明 Minh : Chào bạn, tôi tên là ＿Minh＿.

② 霞 Hà　 : Chào bạn, ＿tôi tên là Hà＿.

■ **練習二**

① Cháu chào ông ạ.　② Cháu chào bà ạ.

③ Em chào anh ạ.　④ Em chào chị ạ.

⑤ Chào em.　⑥ Chào bạn.

第 02 課 Bài 2

■ **練習一**

① khoẻ　② mệt　③ rất　④ cũng

■ **練習二**

① khoẻ　② Còn　③ có　④ không　⑤ cũng

第 03 課 Bài 3

- **練習一**

① A : đây

　B : của

② B : hơi

③ A : của

　B : tên

④ a. với　　　b. với　　　　c. với / và

- **練習二**

① giới thiệu　　　② của　　　③ vui　　　④ hân hạnh

第 04 課 Bài 4

- **練習一**

① số mấy　　　　　　② phải không

③ bao nhiêu　　　　　④ hai mươi hai

- **練習二**

① 17　　　　② 35　　　　③ 650　　　　④ 7.000

⑤ 30.500　　⑥ 60.805　　⑦ 76.322　　⑧ 5.206.500

⑨ 17.821.000　　　　⑩ 2.113.000.000

第 05 課 Bài 5

■ 練習一

① Đài Loan　　　② Hàn Quốc　　　③ Tiếng Việt

■ 練習二

① A : Xin hỏi, anh có phải là người Đài Loan không ?

② A : Chị ấy có phải là chị Linh không ?

③ A : Phở Việt Nam có phải là rất nổi tiếng không ?

第 06 課 Bài 6

■ 練習一

①　—　D　　②　—　C　　③　—　A　　④　—　B　　⑤　—　E

■ 練習二

① Không phải, cô ấy là giáo viên.

② Phải. Ông ấy là doanh nhân.

③ Không phải, chị ấy là thư ký.

第 07 課　Bài 7

■ 練習一
① Chi ấy làm vệc ở công ty.
② Bác sĩ làm việc ở bệnh viện.
③ Giáo viên làm việc ở trường học.
④ Công nhân làm việc ở công xưởng.

■ 練習二
① doanh nhân　② ở đâu　③ hay là
④ đã... rồi　⑤ làm gì

第 08 課　Bài 8

■ 練習一
① đã... rồi　② đang　③ sẽ　④ nhé

■ 練習二
① Tôi học tiếng Việt được một năm rồi.
② Bạn đang học ở khoa nào?
③ Cô Lan dạy ở khoa Việt Nam học.
④ Tôi đã ăn cơm rồi.
⑤ Tôi sẽ đi Việt Nam học tiếng Việt.

第 09 課 Bài 9

■ 練習一

① Ken là sinh viên

② Ken và Lina học tiếng Việt một năm rồi.

③ Gia đình Lina có bốn người.

④ Lina thích đọc sách

⑤ Ken không có anh trai.

■ 練習二

① — F   ② — D   ③ — C   ④ — B   ⑤ — E   ⑥ — A

第 10 課 Bài 10

■ 練習一

① ba giờ đúng.

② năm giờ ba mươi phút (năm giờ rưỡi).

③ bảy giờ hai mươi phút.

④ chín giờ bốn mươi lăm phút. (mười giờ kém 15 phút).

⑤ mười giờ năm mươi lăm phút. (mười một giờ kém năm phút).

■ 練習二

① D   ② B   ③ A   ④ C   ⑤ D   ⑥ B

第 11 課　Bài 11

■ 練習一

① Ngày mai là thứ bảy phải không?

② Chủ nhật tuần này bạn làm gì?

③ Cuối tuần tôi đến nhà bạn nhé?

④ Thứ năm tuần sau nghỉ lễ đúng không?

⑤ Hôm nay là ngày 17 phải không?

■ 練習二

① Lina, Mỹ Bình và Thục Anh hẹn gặp nhau lúc 10 giờ sáng.

② Họ gặp nhau đi mua từ điển Hán Việt.

③ Họ học tiếng Việt vào thứ hai, thứ tư và thứ sáu.

④ Thứ sáu tuần sau họ không có đi học.

⑤ Thứ sáu tuần sau là ngày lễ Quốc Khánh.

第 12 課　Bài 12

■ 練習一

① thức dậy　　② ăn sáng　　③ 12 giờ trưa

④ tan sở　　⑤ đi ngủ

■ 練習二：參考答案

① Mỗi buổi sáng tôi thường thức dậy lúc 6 giờ.

② Khoảng 7 giờ rưỡi tôi đi làm.

③ Một tuần tôi đi làm 5 ngày.

④ Thứ bảy và chủ nhật tôi được nghỉ, không đi làm.

⑤ Buổi tối tôi thường xem ti vi, lên mạng, nghe nhạc.

第 13 課　Bài 13

▪ 練習一

① Hà làm việc ở công ty xây dựng thành phố Hồ Chí Minh.

② Huy được trúng tuyển trường đại học Harvard Mỹ.

③ Tháng 8 năm sau Huy đi du học.

④ Huy được học bổng hồi tháng trước.

⑤ Họ tốt nghiệp đại học hồi năm ngoái.

▪ 練習二
① B　　　② C　　　③ C　　　④ B　　　⑤ B

第 14 課　Bài 14

▪ 練習一

① Ngày mai anh Lâm đi Hà Nội.

② Tháng sau chị Thuỷ về Việt Nam.

③ Cô ấy về Việt Nam hồi tuần trước.

④ Bác Hai đi xe xe buýt đến đây.

⑤ Thanh đi xe tắc-xi.

■ 練習二

①— B　　②— D　　③— A　　④— C　　⑤— E

第 15 課　Bài 15

■ 練習一

① Bạn thích uống trà ô lông hay là trà lài?

② Hoa này đẹp nhỉ!

③ Trong tủ lạnh còn có trái cây.

④ Ngoài trà và cà phê ra, còn có bánh kem.

⑤ Tôi nói được một chút tiếng Việt.

■ 練習二

① Anh uống bia không?

② Đây là trà gì?

③ Ba của Lan thường uống cà phê không?

④ Ngoài thích uống trà và đọc sách ra, Thu còn thích gì?

⑤ Chị Hồng đến chưa?

註 單字後的數字為單元編號。

A

à ▶ 噢、喔 3

ai ▶ 誰 3,7

anh ▶ 你；哥哥、兄台

.... 2, 4, 6, 9

anh chị em ▶ 兄弟姊妹 9

anh em ▶ 兄弟、兄妹 3

anh trai ▶（親）哥哥 2,9

ảnh 北 照片 9

ăn sáng ▶ 吃早餐 12

ăn cơm tối ▶ 吃晚餐 12

ăn cơm trưa ▶ 吃午餐 12

B

ba, má 南 ▶ 爸爸、媽媽 9

ba số ▶ 三個號碼 4

bác ▶ 伯父、伯母 14

bao giờ? ▶ 什麼時候 14

bao nhiêu? ▶ 多少？ 4

ban đêm ▶ 夜間 10

ban ngày ▶ 白天 10

bạn ▶ 你（妳）；朋友 1,3

bạn học ▶ 同學 3

bạn gái ▶ 女朋友 2

bạn trai ▶ 男朋友 2

bánh kem ▶ 奶油蛋糕 15

bánh mì ▶ 麵包 5

bây giờ ▶ 現在 7,10

bận ▶ 忙 2

bé 北 / nhỏ 南 ▶ 小 9

bế 北 ▶ 抱 9

bồng 南 ▶ 抱 9

bệnh viện ▶ 醫院 7

bị ▶ 被 10,14

bia ▶ 啤酒 15

biết ▶ 會；知道 5

bình thường

　　▶ 平時、平常、通常、普
　　通、一般 2, 12

bố, mẹ 北 ▶ 爸爸、媽媽 9

buổi chiều ▶ 下午 10

buổi sáng ▶ 早上 10

buổi tối ▶ 晚上 10

buổi trưa ▶ 中午 10

bữa nay ▶ 今天 11

bưu điện ▶ 郵政局 6

C

cà phê ▶ 咖啡 8

cám ơn ▶ 謝謝、感謝 8

căn-tin trường

　　▶ 學校福利社 12

cần ▶ 需要；須要 14

cần phải ▶ 需要；必須 14

Cần Thơ ▶ 芹苴（地名） 7

cậu ▶ 舅舅；你 8,9

có ▶ 有 2

có khi ▶ 有時候 12

có... không? ▶ 有……嗎？ ... 2

có thể ▶ 可以；可能 8

có thể... được

　　▶ 可以……、能夠…… 11

con ▶ 兒；女 9

còn ▶ 還、還有 1

còn kịp ▶ 還來得及 10

còn... mà ▶ 還……嘛 11

còn... nữa ▶ 還有…… 11

còn sớm ▶ 還早 10

cô ▶ 小姐；姑姑；女老師 9

cô ca ▶ 可樂 15

cô-ca-cô-la ▶ 可口可樂 15

công chuyện ▶ 事情 6

công tác ▶ 出差 7

công ty ▶ 公司 6

công việc ▶ 事情、工作 6

công xưởng ▶ 工廠 7

cùng ▶ 一起 8,11

cũng ▶ 也；都 1

cuối năm ▶ 年底 13

cuối tuần ▶ 週末 11

cuối tháng ▶ 月底 13

cuốn ▶ 本（量詞）.............. 11

CH

chào ▶ 致敬、行禮 1

chào hỏi ▶ 問候、打招呼 2

cháu ▶ 姪子；姪女 9

chắc ▶ 也許、可能；一定 10

chắc là
　　　▶ 也許、可能；一定是 ... 15

chậm ▶ 慢 10

chè 北 ▶ 茶、茶葉 15

chết ▶ 死 10

chỉ ▶ 只 15

chỉ có ▶ 只有 9

chỉ thích ▶ 只喜歡 15

chị em ▶ 姊弟；姊妹 3

chị gái ▶ 姊姊 9

cho ▶ 給予；讓 14

cho hỏi ▶ 請問 10

chở ▶ 載 14

chú ▶ 叔叔 9

chủ nhật ▶ 星期天 11

chuẩn bị ▶ 準備 12

chúc ▶ 祝、祝賀 4

chúc mừng ▶ 恭喜、恭賀 ... 13

chung quanh
　　　▶ 周圍、周邊 12

chụp ảnh ▶ 拍照 9

chụp hình ▶ 拍照 9

chuyện ▶ 事情 6

chữ số ▶ 數字 4

chưa ▶ 還沒、未 8

chưa? ▶ 了沒？了嗎？ 8

chừng nào? ▶ 什麼時候？ ... 14

D

dạ ▶ 是（表禮貌回應之詞）... 2

dạo này ▶ 最近、近來 2

dạy ▶ 教 6

dầu khí ▶ 石油 7

dễ thương ▶ 可愛 9

dì ▶ 阿姨 1

du học ▶ 遊學、留學 13

du lịch ▶ 旅遊 13

dùng ▶ 用、使用 15

dự định ▶ 預定、打算 13

dự tính ▶ 預定、打算 13

dượng ▶ 姑丈；姨丈 9

Đ

Đà Nẵng ▶ 峴港（地名）...... 7

đã ▶ 已、已經 7

đại học ▶ 大學 7

đang ▶ 正在 8

đáng lẽ ▶ 原本、本來 13

đánh răng ▶ 刷牙 12

đăng ký ▶ 登記、報名 13

đâu ▶ 哪裡；啦（語助詞）... 10

đầu ▶ 頭、首 10

đầu năm ▶ 年初 13

đầu tháng ▶ 月初 13

đầu tuần ▶ 週初 13

đây ▶ 這、這裡 3,9

đẹp ▶ 美、漂亮 2,9,15

đẹp gái, xinh gái ▶ 漂亮 ... 9

đẹp trai ▶ 帥 9

đêm ▶ 夜晚、夜間 10

đêm khuya ▶ 深夜 10

đếm ▶ 數一數 4

đếm số ▶ 數數字、數號碼 4

đến ▶ 到；來 10,14

đi ▶ 去；走；吧；搭乘 14

đi chơi ▶ 去玩 12

đi làm ▶ 上班 6,11

đi ngủ ▶ 去睡覺 12

điện thoại ▶ 電話 4

điện thoại bàn ▶ 室內電話 ... 4

điện thoại di động
　　　　▶ 行動電話 4

định ▶ 預定、打算 13

đó ▶ 那、那裡；啊 9

đọc ▶ 閱讀 9

đọc sách ▶ 看書、閱讀書 9

đón ▶ 接 10

đồng ▶ 盾（越幣單位）........ 4

đồng hồ ▶ 鐘、錶 10

đồng hồ đeo tay ▶ 手錶 ... 10

đúng ▶ 對；正確 5

đúng giờ ▶ 準時 10

đưa ▶ 送；傳遞 14

đứa bé ▶ 小孩、小朋友 9

được ▶ 得、獲得、達到 13

đường ▶ 砂糖；路 13

E

em ▶ 弟、妹 1

em gái ▶ 妹妹 9

em trai ▶ 弟弟 9

G

gặp ▶ 見面、碰面、遇見 3

gì ▶ 什麼 1

gia đình ▶ 家庭、家人 9

giao thông ▶ 交通 14

giáo viên ▶ 教師 6

giây ▶ 秒 10

giỏi ▶ 棒、優秀 5

giờ ▶ 時 10

giới thiệu ▶ 介紹 3

giúp ▶ 幫忙、協助 8

giữa năm ▶ 年中 13

giữa tháng ▶ 月中 13

giữa tuần ▶ 週中 11

H

Hà ▶ 阿霞（人名）..... 1,5,9,13

hả ▶ 蛤？嗎？ 14

Hải ▶ 阿海 1,3

Hải Phòng ▶ 海防（地名）... 7

Hán Việt ▶ 漢越 11

hay ▶ 還是、或是 7

hay là ▶ 還是、或是 7

hay quá! ▶ 太棒了！ 13

hân hạnh ▶ 榮幸 1

hình 南 ▶ 照片 9

hiểu ▶ 懂 11

hoa cúc ▶ 菊花 15

hoa hồng ▶ 玫瑰花 15

hoa lài ▶ 茉莉花 15

hoa quả 北 ▶ 水果 15

học bổng ▶ 獎學金 13

hỏng 北 / hư 南 ▶ 壞、損壞 10

họp ▶ 開會 10

hồ sơ ▶ 資料；檔案 13

hồi ▶ 時候 14

hồi nào? ▶ 什麼時候？ 14

hôm ▶ 天 11

hôm nay ▶ 今天 11

hôm kia ▶ 前天 11

hôm qua ▶ 昨天 11

hôm trước ▶ 大前天 11

hơi ▶ 稍微、有點 3

hơi bận ▶ 有點忙 3

hơn ▶ 多出、超出、超過 12

hỏng 北 ▶ 壞、損壞 10

hư 南 ▶ 壞、損壞 10

Huy ▶ 輝（人名）....... 3,5,9,13

Hương ▶ 阿香（人名）....... 15

I

ít ▶ 少 9

K

kém ▶ 差 10

kẹt xe 南 ▶ 塞車 10

kế toán ▶ 會計師 6

kết bạn ▶ 結交朋友；加好友 .. 4

kia ▶ 那、那裡 9

kịp ▶ 來得及 10

KH

khách sạn ▶ 飯店 7

khai trương ▶ 開張 14

khen ngợi ▶ 誇獎、讚嘆 13

khi ▶ 時候 12

khi nào? ▶ 什麼時候？ 14

khoa ▶ 科、系 8

khoa tiếng Trung ▶ 中文系 ... 8

khoa Việt Nam học

　　▶ 越南學系 8

khoẻ ▶ 健康、身體好 2

khoảng ▶ 大概、大約 4

không ▶ 不、否 5

không có ▶ 沒有 2

không có vấn đề

　　▶ 沒有問題 8

không phải ▶ 不是、不對 4

không sao

　　▶ 沒關係、不怎樣 10

không thành vấn đề

　　▶ 不成問題 8

không tới ▶ 不到；不來 14

không vấn đề gì
　▶ 沒什麼問題 8

khuya ▶ 深夜 10

L

là ▶ 是 1

là gì? ▶ 是什麼？ 1

lại... ▶ 又…… 13

làm gì? ▶ 做什麼？ 6

làm công việc
　▶ 做事情、工作 6

làm ơn ▶ 勞駕、麻煩 10

làm ơn cho hỏi
　▶ 麻煩請問一下 10

làm quen ▶ 認識、結識 1

làm sao?
　▶ 怎麼做？怎麼辦下 10

làm việc ▶ 做事情、工作 6

Lan ▶ 阿蘭（人名）
　............ 1,2,5,6,10,15

lắm ▶ 很 10

lầm ▶ 錯誤、混淆 11

lâu quá ▶ 好久 3

lên mạng ▶ 上網 12

liền ▶ 即刻、馬上 14

loại ▶ 種、種類 15

lộn 南 ▶ 錯誤、混淆 11

lỡ 南 / nhỡ 北 ▶ 萬一；錯過 10

lúc ▶ 時候 10

lúc nào? ▶ 什麼時候？ 14

M

mà ▶ 嘛（語助詞） 10

máy bay ▶ 飛機 14

mấy giờ? ▶ 幾點？ 10

mấy hôm trước ▶ 前幾天 ... 11

mệt ▶ 累 2

mình ▶ 我、自己 8

mỗi ▶ 每 11

mỗi ngày ▶ 每天 11

mỗi tối ▶ 每天晚上 12

một ▶ 一 4

một cốc 北 ▶ 一杯 15

một ly 南 ▶ 一杯 15

một tiếng ▶ 一個小時 10

mợ ▶ 舅媽、舅母 9

mới ▶ 才；再 11

mời ▶ 請、邀請 15

mua ▶ 買 11

muộn ▶ 晚 10

N

nào? ▶ 哪？哪個？ 5

này ▶ 這、這個 9

năm ▶ 年；五 8

năm nay ▶ 今年 13

năm ngoái ▶ 去年 13

năm sau ▶ 明年 13

năm trước ▶ 前年 13

nên ▶ 應該；所以 10

nếu ▶ 如果 10

nếu... thì...

　　　▶ 如果……就…… 10

no ▶ 飽 7

nói ▶ 説 5

nổi tiếng

　　　▶ 有名、出名、馳名 5

nông thôn ▶ 鄉村、農村 7

nửa ▶ 半（放前用） 10

nửa đêm ▶ 半夜 10

nửa ngày ▶ 半天 11

nửa tiếng ▶ 半個小時 10

nước ▶ 水；國家 5

nước ép trái cây 南

　　　▶ 鮮榨果汁 15

nước ép hoa quả 北

　　　▶ 鮮榨果汁 15

nước nào? ▶ 哪個國家？ 5

NG

ngàn 南 ▶ 千 4

nghìn 北 ▶ 千 4

ngay ▶ 即刻、馬上 14

ngày ▶ 日；天 11

ngày kia 北 ▶ 後天 11

ngày mai ▶ 明天 11

ngày mấy ▶ 幾日？幾號？ ... 11

ngày mốt 南 ▶ 後天 11

ngành ▶ 科系 13

ngân hàng ▶ 銀行 7

nghe ▶ 聽 5,8

nghe nhạc ▶ 聽音樂 12

nghề nghiệp ▶ 職業 6

nghỉ ▶ 休息；放假 11

nghỉ hè ▶ 放暑假 11

nghỉ lễ Quốc Khánh
　　　▶ 放國慶假 11

nghỉ trưa ▶ 午休 12

nghiên cứu ▶ 研究 13

ngoài... ra ▶ 除……以外 15

ngoại ngữ ▶ 外語 8

ngon ▶ 好吃；好喝 5

ngồi ▶ 坐 15

ngủ ▶ 睡覺 12

người ▶ 人 5

NH

Nha Trang ▶ 芽莊（地名）..... 7

nhanh ▶ 快 10

nhà ▶ 家、家裡；房子 15

nhà máy ▶ 工廠 7

nhà hàng ▶ 餐廳 7

nhắc tới
　　　▶ 提到、提及；提醒 8

nhầm 北 ▶ 錯誤、混淆 11

nhân viên ▶ 職員、人員 6

nhỉ? ▶ 是吧？呢？喔？
　　　（語助詞）............... 15

nhiều ▶ 多 9

nhỏ 南 / bé 北 ▶ 小 9

nhớ ▶ 記得；想念 11,8

nhỡ 北 / lỡ 南 ▶ 萬一；錯過　10

như ▶ 如、似；當做 14

nhưng ▶ 但是、可是 10,12

Ô

ồ ▶ 噢、哦、喔 8

ông ▶ 先生；年長男性 1

ông nội ▶ 祖父、爺爺 9

ông ngoại ▶ 外祖父、阿公 9

Ơ

ờ ▶ 嗯（平輩或長輩回應晚輩肯
　　　定之詞）...................... 15

ở ▶ 在；住 6

ở đâu? ▶ 在哪裡？............... 6

P

phải ▶ 是、對 4

phải không?

　▶ 是嗎？對嗎？ 4

phở ▶ 河粉 5

phút ▶ 分 10

phương tiện giao thông

　▶ 交通工具 14

Q

quá ▶ 太……了 4

quán ăn ▶ 小吃店、小吃館 . 12

quán cà phê

　▶ 咖啡店、咖啡館 12

quen ▶ 認識 1

quen biết ▶ 認識、認知 1

quên ▶ 忘記 11

quốc gia ▶ 國家 5

quốc tịch ▶ 國籍 5

quyển ▶ 本（量詞） 11

quyển sách ▶ 一本書 9

R

ra trường ▶ 畢業 7

rất ▶ 很 1

rõ ▶ 清楚 14

rõ ràng ▶ 清楚 14

rồi ▶ 了；然後 12

rộng ▶ 寬、寬敞 15

rửa mặt ▶ 洗臉 12

rước ▶ 接；迎接 14

rưởi ▶ 半（於數字後） 4,10

nửa ▶ 半（置於名詞或形容詞

　前） 4,10

S

sang năm ▶ 明年 13

sao? ▶ 怎樣？如何？ 3

sau ▶ 後；之後 10

sau khi ▶ 之後 13

sân vườn ▶ 庭園、庭院 15

sẽ ▶ 將、將會 8

số ▶ 號、號碼 4

số ba ▶ 三號 4

số không ▶ 零號 4

số mật mã ▶ 密碼 4

sống ▶ 住；生活 7

sớm ▶ 早 10

sớm một chút ▶ 早一點 10

sợ ▶ 害怕；恐怕；擔心 10

sữa ▶ 奶、乳 13

T

tan ca ▶ 下班 6

tan sở ▶ 下班 6

tan học ▶ 放學 12

tàu ▶ 輪船、大型運輸 14

tàu điện ngầm ▶ 捷運、地鐵 14

tàu hỏa 北 ▶ 火車 14

tàu, tàu thủy ▶ 輪船 14

tắc đường 北 ▶ 塞車 10

tắm ▶ 洗澡 12

tắm rửa ▶ 洗澡、盥洗 12

Tân ▶ 阿新（人名）............. 7

tập thể dục ▶ 做體操、運動 12

tất cả ▶ 全部、所有、總共 9

tên ▶ 名字 1

ti vi ▶ 電視 12

tỉ / tỷ ▶（十）億 4

tìm việc làm ▶ 找工作 13

tiện ▶ 方便 12

tiện lợi ▶ 方便 12

tiến sĩ ▶ 博士 13

tiền ▶ 錢 4

tiếng ▶ 語言；聲音；小時 5

tiếp tục ▶ 繼續 12

tính ▶ 預定、打算 13

tôi ▶ 我 1

tổng cộng ▶ 總共、一共 9

tốt ▶ 好、優 14

tốt nghiệp ▶ 畢業 7

tốt quá! ▶ 太好了！........... 13

tủ lạnh ▶ 冰箱 15

tuần ▶ 週、星期 11

tuần này ▶ 這週 11

tuần sau ▶ 下週 11

tuần trước ▶ 上週 11

tuổi ▶ 歲 4

tuyệt vời ▶ 美妙；精彩 15

từ điển ▶ 辭典 11

tưởng ▶ 以為 11

TH

thạc sĩ ▶ 碩士 13

tháng ▶ 月、月份 13

tháng giêng ▶ 正月、元月 .. 13

tháng mấy? ▶ 幾月份？ 13

tháng một ▶ 一月 13

tháng chạp ▶ 臘月 13

tháng mười hai ▶ 十二月 ... 13

tháng này ▶ 本月、這個月 .. 13

tháng sau ▶ 下個月 13

tháng trước ▶ 上個月 13

thành phố ▶ 城市 7

thành phố Hà Nội ▶ 河內市 .. 7

thành phố Hồ Chí Minh

　　　▶ 胡志明市 7

thật là ▶ 真是、真的 15

thế / vậy

　　▶ 這麼、那麼、這樣 6

thế à? vậy à?

　　　▶ 這樣喔？是喔？ 6

thế nào ▶ 如何？怎麼樣？ 3

thêm ▶ 多加、添加 13

thì ra ▶ 原來 8

thích ▶ 喜歡 9

thím ▶ 嬸嬸 9

thiếu ▶ 少、欠 10

thôi ▶ 而已 11

thông tin ▶ 訊息；資料 12

thơm ▶ 香 15

Thu ▶ 阿秋（人名） 3,15

thư viện ▶ 圖書館 14

thứ ▶ 第；星期 11

thứ hai ▶ 星期一 11

thứ ba ▶ 星期二 11

thứ tư ▶ 星期三 11

thứ bảy ▶ 星期六 11

thưa ▶ 啟稟、稟報、稟告 2

thức dậy ▶ 起床 12

thức khuya ▶ 晚睡 12

thưởng thức ▶ 品嚐；欣賞 .. 12

TR

tra ▶ 查 12

trà ▶ 茶、茶葉 15

trà lài ▶ 茉莉花茶 15

trà ô long ▶ 烏龍茶 15

trà sữa ▶ 奶茶 15

trà sữa trân châu

　▶ 珍珠奶茶 5

trà xanh ▶ 綠茶 15

trả ▶ 還；付 14

trái cây 南 ▶ 水果 15

trăm ▶ 百 4

trễ ▶ 遲 10

trễ giờ ▶ 遲到 10

triệu ▶ 百萬 4

trong ▶ 內、裡、裡面 9

trồng ▶ 種、植 15

trồng cây ▶ 種樹 15

trồng hoa ▶ 種花 15

trục trặc ▶ 故障、不順 14

Trung ương ▶ 中央 7

trung tâm ▶ 中心 8

Trung tâm Ngoại ngữ

　▶ 外語中心 8

trúng tuyển ▶ 錄取、入選 ... 13

truyền hình ▶ 電視 12

trường, trường học ▶ 學校 ... 7

trường đại học ▶ 大學學校 ... 7

Trường đại học Khoa học Xã

hội và Nhân văn

　▶ 社會科學與人文大學 8

U

ủa? ▶ 咦？ 14

ủng hộ ▶ 支持；捧場 14

uống ▶ 喝 8

uống trà ▶ 喝茶 5

Ư

ừ ▶ 嗯（平輩或長輩回應晚輩肯

　定之詞） 15

V

và ▶ 和、與、以及 3

vào ▶ 入、進入 15

vào nhà ▶ 進入屋內 15

vạn 北 ▶ 萬 4

văn phòng ▶ 辦公室 6

vấn đề ▶ 問題 8

vẫn ▶ 仍然、依然、仍是 3

vẫn còn ▶ 仍是、仍還 7

vâng ▶ 是（禮貌回應詞）...... 5

vậy ▶ 這樣、如此；那麼 3

vậy à? ▶ 這樣噢？是喔？ 9

về ▶ 回、回來、回去 7

về nhà ▶ 回家 7,10,12

về đến nhà ▶ 回到家 12

vì ▶ 因為 12

việc ▶ 事情、工作 6

viết bài ▶ 寫作業、寫功課 ... 12

Việt ▶ 阿越（人名）........... 6

vô ▶ 入、進入 15

với ▶ 和、跟；向 3

vui ▶ 高興、愉快、開心 1

vườn ▶ 花園、果園 15

X

xa ▶ 遠 2

xây dựng ▶ 建設 7

xe ▶ 車子 2

xe buýt ▶ 公車、巴士 14

xe đạp ▶ 腳踏車、自行車 14

xe hàng ▶ 貨車 14

xe hơi 南 ▶ 汽車 14

xe khách ▶ 客運 14

xe lửa 南 ▶ 火車 14

xe ô tô 北 ▶ 汽車 14

xe máy ▶ 摩托車、機車 14

xe tắc-xi ▶ 計程車 14

xin ▶ 請；申請 1

xin hỏi ▶ 請問 1

xin chào ▶ 您好；再見 1

xin học ▶ 申請入學 1

xin lỗi ▶ 對不起、抱歉 1

xin việc làm ▶ 申請工作 13

xinh gái, đẹp gái ▶ 漂亮 ... 2,15

錄音員簡介

裴孟海 Bùi Mạnh Hải

越南國立自然科學大學畢業，任職於越南國家中央天文氣象總局。目前為國立中央大學大氣科學系研究所碩士逕修博士生。

陳氏秋紅 Trần Thị Thu Hường

越南國立營銷暨財政大學畢業，任職於越南營銷暨財政大學。目前為國立中央大學機械工程學系研究所碩士生。

阮玉梅 Nguyễn Thị Ngọc Mai

嶺東科技大學應用外語系越南語、華語專任講師。亦擔任成功大學越南語國際認證考試（iVPT）監考人員。國立臺灣師範大學華語文教學系碩士、越南國立芹苴大學語文系學士。曾擔任輔仁大學推廣部、明志科技大學、板橋社區大學以及各大企業內訓越南語及華語講師。專精於越南語及華語雙語教學並致力推廣，時常受邀到各大學演講。

阮功名 Nguyễn Công Danh

越南芹苴大學化學系畢業，韓國慶熙大學植物科學研究所碩士畢業，台灣中央研究院植物科學研究所博士生。

國家圖書館出版品預行編目（CIP）資料

從0開始說越南語／吳庭葳，阮玉梅著. -- 初版. --
　臺中市：晨星出版有限公司, 2022.09
　208面；16.5×22.5公分. --（語言學習；25）
　ISBN 978-626-320-233-7（平裝）

　1.CST：越南語　2.CST：讀本

803.798　　　　　　　　　　　　111012341

語言學習 25

從 0 開始說越南語

專為自學者設計的入門學習教材，北越腔×南越腔一本全收錄

作者	吳庭葳 Ngô Đình Uy、阮玉梅 Nguyễn Thị Ngọc Mai
編輯	余順琪
校對	陳晏翎
北音錄音	裴孟海 Bùi Mạnh Hải、陳氏秋紅 Trần Thị Thu Hường
南音錄音	阮玉梅 Nguyễn Thị Ngọc Mai、阮功名 Nguyễn Công Danh
封面設計	高鍾琪
美術編輯	林姿秀

創辦人	陳銘民
發行所	晨星出版有限公司
	407台中市西屯區工業30路1號1樓
	TEL：04-23595820　FAX：04-23550581
	E-mail：service-taipei@morningstar.com.tw
	http://star.morningstar.com.tw
	行政院新聞局局版台業字第2500號
法律顧問	陳思成律師
初版	西元2022年09月15日
初版二刷	西元2024年06月05日

讀者服務專線	TEL：02-23672044 / 04-23595819#212
讀者傳真專線	FAX：02-23635741 / 04-23595493
讀者專用信箱	service@morningstar.com.tw
網路書店	http://www.morningstar.com.tw
郵政劃撥	15060393（知己圖書股份有限公司）
印刷	上好印刷股份有限公司

線上讀者回函

定價 300 元
（如書籍有缺頁或破損，請寄回更換）
ISBN：978-626-320-233-7

圖片來源：shutterstock.com

Published by Morning Star Publishing Inc.
Printed in Taiwan

| 最新、最快、最實用的第一手資訊都在這裡 |